॥ राजर्षी शाहू छत्रपतींचे जाहीरनामे व हुकूमनामे ॥

संपादक
डॉ. जयसिंगराव भाऊसाहेब पवार

मेहता पब्लिशिंग हाऊस

RAJARSHI SHAHU CHATRAPATINCHE JAHIRNAME V HUKUMNAME by **DR. JAYSINGRAO PAWAR**

राजर्षी शाहू छत्रपतींचे जाहीरनामे व हुकूमनामे / संशोधनात्मक

© संपादक : डॉ. जयसिंगराव भाऊसाहेब पवार
'शिवतेज' १०८, साने गुरुजी वसाहत, राधानगरी रोड,
कोल्हापूर - ४१६०१२. ✆ (०२३१) २३२२६४२

प्रकाशक : सुनील अनिल मेहता, मेहता पब्लिशिंग हाऊस,
१९४१ सदाशिव पेठ, माडीवाले कॉलनी, पुणे - ३०

मुखपृष्ठ : चंद्रमोहन कुलकर्णी

प्रकाशनकाल: २००६ /
मेहता पब्लिशिंग हाऊस यांची सुधारित द्वितीयावृत्ती : मार्च, २०१८

P Book ISBN 9789387789296
E Book ISBN 9789387789302
E Books available on : play.google.com/store/books
www.amazon.in

भारतातील सामाजिक लोकशाहीचे आधारस्तंभ
आणि आधुनिक महाराष्ट्राचे शिल्पकार
महाराजा सयाजीराव गायकवाड
आणि
महर्षी विठ्ठल रामजी शिंदे
यांच्या स्मृतीस...

संपादकाचे निवेदन

इ.स.२००१ मध्ये आम्ही संपादित केलेला 'राजर्षी शाहू स्मारक ग्रंथ' प्रकाशित झाल्यावर त्याची तीन हजारांची आवृत्ती अवघ्या तीन महिन्यांत हातोहात संपली आणि तो ग्रंथ दुर्मिळ झाला. गेली पाच वर्षे त्याची मागणी महाराष्ट्रातून सातत्याने होत आहे. तो पुनर्मुद्रित करण्याचे आमचे प्रयत्न चालू आहेत. तथापि, त्याचे पुनर्मुद्रण भविष्यात केव्हा व्हायचे ते होवो, तूर्त त्यातील शाहूचरित्राशी संबंधित असणारे महत्त्वाचे साहित्य छोट्या-छोट्या पुस्तकरूपाने स्वतंत्रपणे प्रसिद्ध करावे, असा आग्रह आमच्या काही शाहूप्रेमी मित्रांनी व अभ्यासकांनी धरला. त्यांचा हा आग्रह उचित मानून, स्मारक ग्रंथाच्या तिसऱ्या खंडातील शाहू छत्रपतींची भाषणे, त्यांच्या चरित्राची साधने (पत्रव्यवहार), त्यांचे जाहीरनामे व हुकूमनामे आणि त्यांचे सामाजिक कायदे हे साहित्य पुस्तकरूपाने स्वतंत्रपणे प्रकाशित होत आहे. प्रस्तुत पुस्तकात शाहू छत्रपतींचे महत्त्वाचे जाहीरनामे व हुकूमनामे समाविष्ट झालेले आहेत.

राजर्षी शाहू छत्रपती महाराज यांच्या स. १८९४ ते १९२२ या कालखंडाच्या प्रशासनातील हे जाहीरनामे, हुकूमनामे इत्यादींचे उतारे कोल्हापूर पुरालेखागारातील 'करवीर सरकारच्या गॅझेट'मधून घेतले आहेत. महाराजांच्या नावाने प्रसिद्ध झालेले जाहीरनामे, हुजूर ऑफिसच्या मूळ ठरावानुसार निरनिराळ्या खात्यांच्या प्रमुखांच्या नावाने प्रसिद्ध झालेले जाहीरनामे अथवा हुकूमनामे, प्रजाजनांच्या माहितीसाठीची निवेदने, सार्वभौम ब्रिटिश सरकारकडून प्रसिद्धीसाठी आलेले जाहीरनामे अथवा निवेदने अशा स्वरूपाचे गॅझेटमधील हे उतारे आहेत.

संस्थानच्या निरनिराळ्या खात्यांनी (उदा. जनरल, खासगी, मुलकी, न्याय, शाळा इत्यादी) गॅझेटमध्ये प्रसिद्ध केलेले जाहीरनामे अथवा हुकूमनामे हे हुजूर ऑफिसने म्हणजे खुद्द शाहू महाराजांनी मंजूर करून त्यावर दिलेल्या आदेशांवर आधारित असल्याने, त्या त्या खात्यांचे जाहीरनामे अथवा हुकूमनामे जरी खातेप्रमुखांच्या नावांनी प्रसिद्ध झाले असले, तरी ते महाराजांचेच आहेत, असे संपादकीय टिपणात नमूद केले आहे.

संस्थानामधील विविध खात्यांकडून अनेक बाबींसंबंधी (उदा. बदल्या, नेमणुका, नेमून दिलेली कामे इत्यादी) ठराव हुजूर ऑफिसकडे अभिप्रायासह पाठविले जात; तेथे खुद्द शाहू महाराज हे ठराव मंजूर अथवा नामंजूर करीत. नंतर, मंजूर झालेला

ठराव आदेशाच्या रूपाने संबंधित खात्याकडे पाठविला जाई आणि मग संबंधित खाते हा आदेश सरकारी गॅझेटमध्ये प्रकाशित करीत असे. अनेकदा खुद्द महाराजच शोधत खात्यास आवश्यक तो ठराव हुजूर ऑफिसला सादर करावयास सांगत आणि मग तो आदेशाच्या स्वरूपात गॅझेटमध्ये प्रसिद्ध होई.

कोल्हापूर पुरालेखागारात (State Record Office) हुजूर ऑफिसमधील मूळ ठरावांची नोंदबुके वर्षानुक्रमाने उपलब्ध आहेत. या नोंदबुकात Serial No./रोज नंबर, Date of Receipt/दाखल तारीख, Minor Depart./पोट खाते, Subject Matter/आले कामातील तात्पर्य, Date of Final Order/निकाल तारीख, Final Order/निकाल हुकूम असे रकाने असून, प्रत्येक ठराव मंजूर/नामंजूर केल्याच्या 'निकाल' हुकमाखाली महाराजांची 'शाहू छत्रपती' अशी सही आहे.

प्रस्तुत ठिकाणी करवीर सरकारच्या गॅझेटमधील निवडक १३१ उतारे आम्ही सादर करीत आहोत. त्यांतील बरेच जाहीरनामे व हुकूमनामे सामाजिकदृष्ट्या महत्त्वाचे आहेत. सर्वसामान्य इतिहासवाचक दप्तरखान्यातील अशा ऐतिहासिक साधनांकडे सहसा वळत नाही. म्हणून त्यास अशा साधनांचा परिचय व्हावा आणि प्रसंगी अभ्यासकांनाही त्यांचा उपयोग व्हावा, या हेतूने तत्कालीन गॅझेटमधील हे निवडक उतारे आमच्या संपादकीय टिपणीसह देत आहोत. प्रत्येक उताऱ्याच्या खाली गॅझेटचा भाग व प्रसिद्धी तारीख नमूद केली आहे. जेथे अनावश्यक वाटणारा तपशील आहे, तो गाळून तशी संपादकीय नोंद केली आहे.

सोबत प्रारंभीच दिलेल्या विषयानुक्रमावर केवळ नजर टाकल्यास शाहू छत्रपतींचे हे जाहीरनामे व हुकूमनामे सामाजिकदृष्ट्या किती महत्त्वाचे आहेत, हे वाचकांच्या ध्यानात आल्याशिवाय राहणार नाही. अगदी आरंभीचे दोन जाहीरनामे वाचले, तरी महाराजांची प्रजाजनांच्या कल्याणाविषयीची तळमळ व पुरोगामी दृष्टी समजून येते. सरकारी अधिकाऱ्यांनी दौऱ्यावर असता रयतेची लुबाडणूक करू नये, म्हणून या राजाने किती बारकाईने लक्ष दिले आहे, हे पाहून मन थक्क होऊन जाते.

राज्यावर आल्यावर अल्पकाळातच दुष्काळ व प्लेग यांसारखी अस्मानी संकटे कोल्हापूर संस्थानच्या प्रजेवर कोसळली. त्या संकटांशी मुकाबला करताना महाराजांनी ज्या उपाययोजना केल्या, त्यातूनच पुढे 'रयतेचा राजा' म्हणून त्यांची प्रतिमा साकार झाल्याचे दिसून येते. आज दुष्काळग्रस्त महाराष्ट्रात 'जलसाक्षरता अभियान' मोठ्या प्रमाणावर राबवले जात आहे. पाण्याचे महत्त्व आता आमच्या लक्षात येऊन चुकते आहे; पण शंभर वर्षांपूर्वी १९०२ मध्येच शाहू छत्रपतींनी आपल्या राज्याच्या शेतीविकासासाठी आणि गावोगावच्या पाणीपुरवठ्यासाठी जलसिंचन योजनेचा जाहीरनामा काढला होता, तो पाहिल्यावर हा राजा काळाच्या किती पुढे पाहणारा होता, याची कल्पना येऊन जाते.

याशिवाय, सरकारी नोकऱ्यांत मागासलेल्या समाजास ५० टक्के आरक्षण, सक्तीचे व मोफत प्राथमिक शिक्षण, सार्वजनिक ठिकाणी अस्पृश्यता पाळण्यास कायद्याने बंदी, अस्पृश्य लोकांना सरकारी नोकऱ्यांत प्राधान्य, वेठबिगार पद्धतीचे निर्मूलन, कुलकर्णी वतनाची बरखास्ती अशा अनेक सामाजिक प्रश्नांवर महाराजांनी वेळोवेळी काढलेले जाहीरनामे व हुकूमनामे त्यांच्या चरित्राच्याच नव्हे, तर महाराष्ट्राच्या सामाजिक इतिहासाच्या दृष्टीने अनमोल ठरले आहेत.

प्रस्तुत पुस्तकातील विषय संकीर्ण स्वरूपाचे आहेत. उसाच्या सुधारित घाण्यापासून 'पाटील स्कूल'पर्यंत आणि सहकारी कायद्यापासून ग्रामपंचायतीच्या स्थापनेपर्यंत अनेक विषय त्यामध्ये येऊन जातात; पण या विषयांतून महाराष्ट्रालाच नव्हे, तर देशातील एक 'समाजक्रांतिकारक राजा' म्हणून शाहू छत्रपतींच्या व्यक्तिमत्त्वाच्या अनेक पैलूंचे दर्शन घडते. कोणाही शाहू चरित्रकाराला या ऐतिहासिक साधनांचा अभ्यास केल्याविना पुढे जाता येणार नाही.

— जयसिंगराव पवार

कोल्हापूर

१

सन १८९४ मध्ये शाहू महाराजांनी आपल्या राज्यारोहणप्रसंगी आपल्या प्रजाजनांस उद्देशून काढलेला हा जाहीरनामा. यात प्रजेच्या कल्याणाची व भरभराटीची 'उत्कट इच्छा' व्यक्त केली गेली आहे.

जाहीरनामा

स्वस्तिश्री राज्याभिषेक शके २२० विजयनाम संवत्सरे फाल्गुन वद्य ११ इंदुवासरे क्षत्रियकुलावतंस श्रीराजा शाहूछत्रपति यांजकडून-

या जाहीरनाम्याच्याद्वारे कोल्हापूर इलाख्यातील आमच्या तमाम प्रजाजनांस जाहीर करण्यात येते की, आजपर्यंत आम्ही अल्पवयीन असल्याकारणाने कोल्हापूर संस्थानचा राज्यकारभार 'कौन्सिल ऑफ ॲडमिनिस्ट्रेशन' यांच्या हातून चालविण्यात येत होता; परंतु आम्ही आता प्रौढावस्थेत आल्याकारणाने आज रोजी त्यांची कारकीर्द संपून आमच्या राज्याचा पूर्ण अखत्यार आमच्या हाती आला आहे व त्याप्रमाणे आम्ही आज म्हणजे तारीख दोन माहे एप्रिल इसवी सन एक हजार आठशे चौऱ्याण्णवपासून तो चालविण्यास सुरुवात केली आहे.

आमची सर्व प्रजा सतत तृप्त राहून सुखी असावी, तिच्या कल्याणाची सतत वृद्धी व्हावी व आमच्या संस्थानची हरएक प्रकारे सदोदित भरभराट होत जावी, अशी आमची उत्कट इच्छा आहे. हा आमचा हेतू परिपूर्ण करण्यास आमच्या पदरचे सर्व लहानथोर जहागीरदार, आप्त, सरदार, मानकरी, इनामदार, कामगार, व्यापारी आदीकरून तमाम प्रजाजन शुद्ध अंतःकरणापासून मोठ्या राजनिष्ठेने आम्हास साहाय्य करतील, अशी आमची पूर्ण उमेद आहे. ही आमची कारकीर्द दीर्घ कालापर्यंत चालवून सफल करावी, अशी मी त्या जगन्नियन्त्या परमात्म्याची एकभावे प्रार्थना करितो.

कोल्हापूर नवीन राजवाडा,
तारीख २ एप्रिल, १८९४
(करवीर सरकारचे गॅझेट, भा. १, ता. २ एप्रिल, १८९४)

**

२

छत्रपतींची स्वारी शिकारप्रसंगी अथवा सरकारी अंमलदारांच्या दौऱ्याच्या वेळी खेड्यापाड्यांतील रयतेकडून खरेदी करावयाच्या सामग्रीविषयीचे नियम जाहीर करणारा शाहू महाराजांचा हुकूम. रयतेवर काडीइतकाही जुलूम होता कामा नये, ही लोककल्याणी भावना या ठिकाणी प्रकर्षाने व्यक्त होते. अशाच प्रकारचा हुकूम आज शिवछत्रपती यांनी चिपळूणच्या लष्करास काढल्याचे इतिहासप्रसिद्धच आहे.

जनरल खाते

श्रीमन्महाराज छत्रपति साहेब यांची खुद्द स्वारी शिकारीकरिता वगैरे हरएक कारणासाठी इलाखे मजकुरी होईल तेव्हा व तसेच इलाखे मजकूरचे लहानथोर अंमलदार पेट्यानिहाय वगैरे सरकारी कामाकरिता फिरत असता सामग्री जमा करण्याचे तजविजीबद्दल नियम.

उपोद्‌घात

अनुभवाअंती असे दिसून आले आहे की, श्रीमन्महाराज सरकारची खुद्द स्वारी इलाखे मजकुरी शिकारीकरिता होते तेव्हा ज्या पेट्याचे हद्दीत मुकाम पडतो, त्या पेट्याचे मामलेदार त्या पेट्याचे फौजदारास सरबराई ठेवण्याबद्दल हुकूम करितात, फौजदार आपले ताब्यातील पोलिसाकडे हे काम सोपवितात. मग ते पोलिस सभोवारच्या खेड्यापाड्यांनी जाऊन एके ठिकाणी बकरी, दुसरे ठिकाणी अंडी, कोंबडी वगैरे जेथे जो जिन्नस सापडेल तो घेतात. हुजूरचे स्वारीचा त्या तालुक्यातून कूच होण्याचे वक्ती स्वारीबरोबर जो खासगी खात्यांतील कारकून कामगारीवर असतो, तो मामलेदार याजकडून हिशेब घेतो आणि पोहोचल्या जिनसांबद्दल पैसा आदा करितो. नंतर तो पैसा मामलेदार फौजदाराकडे, फौजदार आपल्या शिपायाकडे, शिपाई गावगन्नांचे पाटलाकडे आणि पाटील ज्या इसमाकडून जिन्नस घेतले त्या इसमास आदा करितात अशी काल्पनिक समज आहे; परंतु ज्या गोरगरीब इसमांकडून जिन्नस घेण्यात येतात, त्या इसमास तो सर्व किंवा त्यातील काहीतरी पैसा पोहोचतो किंवा कसे याजबद्दल वानवा वाटतो. असे होऊ नये व ज्या गोरगरिबाचा माल घेतला

त्यास भरपूर पैसा पोहोचावा व आपल्या स्वारीच्या निमित्ताने कोणास उपसर्ग यत्किंचितही होऊ नये, अशी खुद्द श्रीमन्महाराज सरकारची इच्छा आहे. सबब खाली लिहिल्याप्रमाणे सामग्रीचा पुरवठा करण्याबद्दल नियम करण्यात येत आहेत :

१. गहू, जोरी, तांदूळ, डाळ वगैरे धान्ये, पीठ, साखर, मसाला वगैरे सामग्री खुद्द हुजूरचे मुदपाकखान्याकडे स्वारीचे लोकांकरिता लागेल ती यथाशक्य सर्व कोल्हापूरहून खासगी खात्याकडून नेण्यात यावी.

२. बकरी, कोंबडी, अंडी जे जिन्नस घेण्याकरिता स्वारी निघण्याचे अगोदर खासगीकडील मुद्दाम एक कामगार पाठविण्यात यावा. त्याने मुकामाचे ठिकाणानजीक जो बाजारचा गाव असेल त्या गावी बाजारचे दिवशी जाऊन सर्व जिन्नस मालकास रोख पैसा जेव्हाचे तेव्हा जेथल्या तेथे देऊन घ्यावे. सरपणाबद्दलही त्याचप्रमाणे अगाऊ तजवीज करावी. सामानाचे पैशाचा बटवडा करणे तो त्या वेळी मुलकी कामगार गावी हजर असल्यास त्याचेसमोर पैसा आदा करून त्याची सही घ्यावी. तसा कोणी नसल्यास गावकामगार पाटील कुलकर्णी यांचे समक्ष पैसा आदा करून मालकाची पावती घ्यावी व कामगाराची साक्ष घ्यावी.

३. सामग्री जमा करण्याची कामगारी पोलिस शिपायास कधीही सांगू नये; परंतु खासगीकडील कारकून यास सामग्री वगैरे मिळणेस अडचण पडेल, तर अपरिहार्य प्रसंगी योग्य ती मदत पोलिस यांजकडून घ्यावी.

४. दुधाबद्दल खासगी थट्टीपैकी म्हशी स्वारीबरोबर नेण्याची तजवीज ठेवावी. कदाचित ही तजवीज न घडेल तर खासगी खात्याकडील वर नमूद केले कामगाराने किंवा कारकुनाने नजीकचे गावचे इसमाकडून स्वतः दूध घेऊन मालकास गावी भाव असेल त्याप्रमाणे ताबडतोब जेथल्या तेथे सर्व पैसा चुकवून द्यावा. स्वारीचा कूच होईपर्यंत ठेवू नये.

दुधाप्रमाणे जे जिन्नस ताजे घेतले पाहिजेत व शिळे झाल्यास नासतात त्याबद्दल वर सांगितलेला नियम लागू आहे.

५. गवत - सरकारी कुरणे बहुशः सर्व पेट्यानिहाय आहेत, सबब लोकांकडून हे जिन्नस घेण्याचे कारण नाहीच; कदाचित प्रसंगोपात खरेदी करावा लागल्यास रोख पैसा मालकास जेव्हाचे तेव्हा देऊन घ्यावा.

६. स्वारीबरोबरचे लोकांकरिता जे जिन्नस लागतील त्याबद्दल वर लिहिल्याप्रमाणे खासगीकडील कामगाराने बंदोबस्त ठेवावा. यावरून स्वारीबरोबरचे लोकांस मोफत जिन्नस विशेष हुकमाशिवाय देण्याचे असे समजू नये, धान्य व इतर जिनसांचे दरबारीचे टिपण स्वारीबरोबरचे कामगारापाशी असावे व त्याप्रमाणे पैसा घेऊन जिन्नस घ्यावे.

७. करवीर सरकारचे जे अंमलदार तालुकानिहाय तपासण्याकरिता वगैरे हरएक सरकारी कामाकरिता फिरण्यास जातात त्यांनीही आपणास लागेल ते सामान

पाटील, कुलकर्णी यांच्यामार्फत खरेदी घेऊन जेव्हाचे तेव्हा ज्यांजकडून सामान घेतले असेल त्यास योग्य किंमत देऊन बटवडा आपले देखत करावा. मुकाम सोडून जाण्याचे वेळेपर्यंत उधार उचापत ठेवू नये.

८. भुदरगड, पन्हाळा वगैरे कोंकण लगतीचे व डोंगराळ प्रदेशाची गावे व लोक दरिद्री आहेत. त्याबाजूस सामग्री मिळणेची मुश्कील पडते, सबब कोल्हापूरहून अगर नजीक सोयीचे जे बाजाराचे गाव असतील तेथे बाजारचे दिवशी अथवा पेट्याचे गाव असून नेहमी वाण्याचे दुकानी माल मिळत असेल, तर त्या दुकानातून रोख पैसा देऊन माल आणवून घेण्याची तजवीज करावी.

९. मेहरबान पोलिटिकल एजंट साहेब बहादूर प्रांत करवीर व कर्नाटक यांची अथवा इतर इलाखे मजकूरचे साहेब लोकांच्या अथवा ब्रिटिश सरकारचे अमलातील साहेब लोकांच्या स्वाऱ्या आल्यास ठिकठिकाणचे संबंध असणारे मामलेदार, शिरस्तेदार वगैरे यांनी रोख पैसा बाजारभावाप्रमाणे जेव्हाचे तेव्हा साहेब लोक किंवा त्यांचेकडील जे इसम माल घेतील त्यांजकडून घेऊन त्यास आदा करण्याची तजवीज बिनचूक ठेवावी.

तारीख १५ मार्च, १८९४

कौन्सिल ऑफ आडमिनिस्ट्रेशनचे हुकमावरून

M. KUVARJI

दिवाण सरकार करवीर

(करवीर सरकारचे गॅझेट, भा. १, ता. १४ एप्रिल, १८९४)

**

३

गुरांच्या दवाखान्यात गरीब लोकांच्या आजारी जनावरांच्या चंदीवैरणीची सरकारकडून मोफत व्यवस्था केल्याचा मेडिकल खात्याचा जाहीरनामा

जाहीरनामा

मेडिकल खाते

तारीख १४ माहे मे, १८९५

तमाम लोकास कळण्याकरिता प्रसिद्ध करण्यात येतो की, कोल्हापूर येथील शेरी बागेसमोरच्या गुरांच्या दवाखान्यात गरीब लोकांची जी आजारी जनावरे ठेवून

घेण्यात येतील त्यास चंदीवैरणीचा खर्च करण्यास मालकास शक्ती नाही, अशी खात्री होईल तर तो सरकारातून यापुढे मोफत मिळत जाईल.

सदरहू दवाखान्यात ज्या लोकांची इच्छा असेल त्यांनी आपले पाडे, शिंगे व घोडे खच्ची करण्यास आणिले असता फी न घेता मोफत खच्ची करून देण्यात येतील.

M. KUVARJI
दिवाण सरकार करवीर.
(करवीर सरकारचे गॅझेट, भा. १, ता. १८ मे, १८९५)

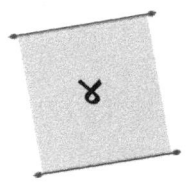

**

४

हात न सापडेल, असा सुधारित उसाचा घाणा शोधून काढणाऱ्यास बक्षीस जाहीर करणारा शाहू महाराजांचा हुकूम.

जाहीरनामा

जनरल खाते
गायकर २९ मे १८९५

उसाचे घाण्यामध्ये ऊस लावणाराचा हात सापडून बोटे वगैरे चिरडून मोठी दुखापत व हात जाया झाल्याची उदाहरणे वरचेवर पुष्कळ घडून येत असल्याचे नजरेस आल्यावरून मेहरबान दरबार सर्जन यांजकडून त्या बाबतीत रिपोर्ट करण्यात आला, तो हुजूर अवलोकनात घेऊन हुजूर आज्ञेवरून सर्व लोकांस कळण्याकरिता प्रसिद्ध करण्यात येते की –

घाण्यामध्ये हात सापडणार नाही अगर सापडलाच तर त्यास इजा होणार नाही, अशा तऱ्हेची त्यात काही यांत्रिक युक्ती तारीख १ जानेवारी, १८९६ च्या आत कोणी शोधून काढल्यास ज्याची युक्ती सोपी, थोडक्या खर्चात होणारी व पसंत अशी ठरेल त्यास चांगले बक्षीस देण्यात येईल. अशा तऱ्हेची युक्ती शोधून काढणारांनी तिचा नमुना तयार करून तो खाली सही करणार यांजकडे वर नमूद केल्या मुदतीच्या आत हजर करावा.

M. KUVARJI
दिवाण निसबत सरकार करवीर.
(करवीर सरकारचे गॅझेट, भा. १, ता. १ जून, १८९५)

**

५

भास्करराव जाधव हा मराठा तरुण एम.ए. परीक्षा उत्तम रीतीने उत्तीर्ण झाल्याचे समजताच शाहू महाराजांनी त्यांस खास पाचारण करून आपल्या राज्यात असि. सरसुभे या पदावर नियुक्त केले. त्या वेळचा शाहू महाराजांचा हा हुकूम.

रेव्हिन्यू खाते

तारीख ८ जून, १८९५

आमचे ऑफिसपैकी असिस्टंट सरसुभे यांची जागा खाली असलेली त्या जाग्यावर भास्कर विठोबा जाधव, एम.ए. यांजला १५० दीडशे रुपये दरमहा पगारावर प्रोबेशनरी असिस्टंट सरसुभे तारीख १ जून, १८९५ इसवीपासून नेमिल्याबद्दल हुजूर सरकारचा अखेर ठराव नंबर १३७६, १८९५चा झाला आहे.

R.K. WAIDYA

सरसुभे

(करवीर सरकारचे गॅझेट, भा. १, ता. १५ जून, १८९५)

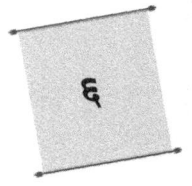

**

६

कोल्हापूर गॅझेटियर (मराठी आवृत्ती) व प्रसूतिविद्या या दोन पुस्तकांच्या जाहिराती –

विक्रीस तयार

मुंबई ग्याझिटियर पुस्तक २४ हे (कोल्हापूर व दक्षिण महाराष्ट्र देशातील सर्व सस्थानेसुद्धा) उत्तम जाड कागदावर नव्या टाइपांनी मराठी भाषांतर करून छापले आहे. बांधणी मजबूत असून, कापडी जाड पुठ्ठा घातला आहे. पृष्ठसंख्या रायल अष्टपत्री ६६० असून, किंमत रुपये ४६८ आहे.

बाहेरगावचे लोकांस टपाल हाशील ६८ आणे वेगळे पडेल.

या पुस्तकात देशातील चालीरीती, व्यवहार, व्यापार, जाती, संस्कार वगैरे माहिती फार मार्मिकपणाने दिलेली असून, याचे भाषांतर रावसाहेब बाळाजी प्रभाकर मोडक, प्रोफेसर राजाराम कॉलेज, कोल्हापूर, यांनी केले आहे. यास सुरेख रंगीत इलाख्याचे माहितीसाठी नकाशाही जोडला आहे. (पुस्तके करवीर सरकारचे छापखान्यात मिळतील.)

प्रसूतिविद्या

हे पुस्तक रावसाहेब विष्णू गोपाळ आपटे, एल.एम. अँड एस., असिस्टंट दरबार सर्जन कोल्हापूर यांनी तयार केले असून, ते डेमी अष्टपत्री सुरेख कागदावर छापिले आहे. त्यातील विषय प्रत्येक गृहस्थाश्रमी लोकांनी निदान एक वेळ तरी वाचून ठेवावे हे बरे; कारण कुटुंबी मनुष्यास याची हमेशा जरूर आहेच. यातील विवेचन फारच मार्मिकपणाने केलेले असून, भाषा अगदी अपिरिचित जनासदेखील सहज लक्षात येण्यासारखी आहे. या पुस्तकात निरनिराळ्या भागांच्या आकृती अगदी हुबेहूब जागोजाग दिलेल्या आहेत. हे लोकोपयोगी पुस्तक असल्यामुळे याची किंमत अगदी माफक म्हणजे ६५ पाच आणे ठेविली आहे. बाहेरगावच्या लोकांस टपाल हशील निराळे पडेल.

B. B. DEVGAVKAR
सुपरिंटेंडेंट, स्टेट प्रेस, कोल्हापूर
(करवीर सरकारचे गॅझेट, भा. २, ३० जाने., १८९७)

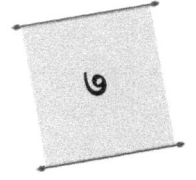

**

७

खंडेराव बागल हे कोल्हापूर संस्थानमधील मराठा समाजातील पहिले लॉ-ग्रॅज्युएट. त्यांना करवीर इलाख्यात वकिली करण्यास परवानगी देणारी सनद. पुढे हे खंडेराव सत्यशोधक कार्यकर्ते व पत्रकार म्हणून प्रसिद्धीस आले.

न्याय खाते

तारीख १८ जानेवारी, १८९८

मि. खंडेराव गोपाल बागल यांची एलएल, बी. ची परीक्षा पास झाल्यावरून

त्यास हुजुरून ठराव नंबर ९, सन १८९८ चा झाल्या आधारे करवीर इलाख्यातील सर्व कोर्टांत वकिली करण्याची सनद देण्यात आली आहे.

V. B. GOKHALE
अ. सरन्यायाधीश
(करवीर सरकारचे गॅझेट, भा. १, २९ जाने., १८९८)

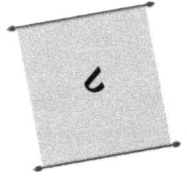

**

८

कोल्हापूर शहरात प्लेगची लागण होऊन साथीचा फैलाव होऊ नये म्हणून लोकांनी घ्यावयाचा दक्षतेचा जाहीरनामा :

जाहीरनामा

जनरल खाते

तारीख ८ फेबुवारी, १८९९

नंबर ४६ – तमाम लोकांस कळावयाकरिता प्रसिद्ध करण्यात येते की, करवीर इलाख्यात प्लेगच्या आजाराचा हळूहळू बराच शिरकाव होत चालला आहे. त्यामुळे करवीर शहरात एखादे वेळी कोणीतरी इसम चोरून येऊन एखादी प्लेग केस होऊन आजार सुरू होण्याची बरीच भीती आहे.

सदर आजार सांसर्गिक असल्यान, आजार झालेले ठिकाण ताबडतोब लोकांनी सोडल्यास त्या लोकांत पुढे त्याचा जास्त फैलाव बरेच अंशी होत नसल्याचे अनुभवास आले आहे, तरी जर या ठिकाणी आजार सुरू झाला तर घराची व्यवस्था लावून लोकांनी बाहेर निघण्यास तयार असले पाहिजे. जी जी घरे मोकळी करण्याबद्दल इकडून हुकूम होईल, ती ती ताबडतोब २४ तासांचे आत त्या घरचे मालकांनी मोकळी करून देऊन गावाबाहेर राहण्यास निघाले पाहिजे. त्याबद्दल कोणाचीही तकरार ऐकिली जाणार नाही.

असे करण्यास लोकांस आपली इस्टेट जिनगी वगैरेबद्दलची ताबडतोब व्यवस्था लावण्यास अडचण पडेल, तरी ज्याची इच्छा आपली इस्टेट जिनगी सरकारच्या ताब्यात देण्याची असेल त्यांनी आपली चीज वस्तू, इस्टेट जिनगी वगैरे जे असेल ते एका मोहोरबंद पेटीत घालून त्याजवर आपली मोहोर ठोकून बाहेर निघण्याबद्दल हुकूम होताच पेटी कोल्हापूर यथील खजिन्यात ठेवण्यासाठी रावसाहेब हुजूर खजानीस यांचे स्वाधीन करून त्यांचे सहीची पावती घ्यावी व ज्या वेळी आपले घरी राहण्यास

इकडून परवानगी मिळेल त्या वेळी सदरची पावती देऊन ती पेटी हुजूर खजिन्यातून आणवून घ्यावी, अशाबद्दल हुजूरून ठराव नंबर ६७७ चे आधारे कि. आ. नंबर १३५६, तारीख ३० जानेवारी, १८९९ चे आज्ञेत आले आहे.

(करवीर सरकारचे गॅझेट भा. १, ता. ८ फेब्रु., १८९९)

**

९

प्लेगचा प्रसार होऊ नये म्हणून लोकांनी कोल्हापूर शहर खाली करून गावाबाहेर झोपड्या बांधून राहण्याचा हुकूम शाहू महाराजांनी काढला होता. त्यानुसार बहुतेक शहर खाली झाले होते; पण अद्यापिही व्यापारी वगैरे लोक मागे राहिले होते. तेव्हा सर्वांनी बाहेर पडावे, त्यात सार्वजनिक हित आहे, असे बजावणारा महाराजांचा हा दुसरा हुकूम. यामध्ये गोरगरीब व मजूर लोकांना सरकारातून मोफत झोपड्या बंधून दिल्या जातील, असे म्हटले आहे.

जाहीरनामा

जनरल खाते

तारीख २ जानेवारी, १९००

नंबर ४८ - हिंदुस्थानात इतर ठिकाणी प्लेगमुळे जी प्राणहानी झाली आहे, त्या मानाने पाहिल्यास कोल्हापूर शहरात प्लेगचा उद्‌भव होऊन जरी आज जवळजवळ साडेतीन महिने होत आले, तरी मृत्यूचे प्रमाण बरेच कमी आहे, असे म्हणण्यास हरकत नाही. याचे एक मुख्य कारण असे दिसते की, इतर ठिकाणच्या अनुभवावरून प्लेग प्रतिबंध व शमनाचा सुलभ व बराच खात्रीचा उपाय जो स्थानत्याग, त्याचा अवलंब आमच्या बहुतेक करवीरनगरवासी लोकांनी वेळीच केला, हे होय. हल्ली शहरात फार थोडी वस्ती राहिलेली असून, प्लेगचे मानही अगदी कमी आहे, यामुळे अशा संधीस हे अवशिष्ट राहिलेले लोक जर स्थानत्याग करून बाहेर जातील, तर त्यामुळे या रोगाचा विशेष प्रसार बाहेर होण्याची भीती राहणार नाही. एवढेच नव्हे, तर जे लोक बराच खर्च व त्रास

सोसून आज बरेच दिवस बाहेर जाऊन राहिले आहेत, त्यांचे जाण्याचेही खरे सार्थक होईल आणि प्लेग निर्मूल- नाहीसा होण्यास विशेष अवधी लागणार नाही. गाव खुला झाल्यानंतर डिसूइन्फेक्शनचे वगैरे सर्व काम पुरे होऊन पाऊस लागण्यापूर्वी सर्व लोकांना आपापले घरी येऊन सुखाने राहता येईल, असे श्रीमन्महाराज छत्रपति साहेब सरकार करवीर यांचे ध्यानी आल्यावरून, शहर खुले करण्यासंबंधाने हुजूरची आज्ञा झाल्याअन्वये हा जाहीरनामा प्रसिद्ध करण्यात येत आहे.

२. हा जाहीरनामा प्रसिद्ध झाल्या तारखेपासून आठ दिवसांचे आत शहरात वस्ती करून राहणाऱ्या लोकांनी शहराबाहेर आपली राहण्याची सोय करून तेथे राहण्यास गेले पाहिजे.

३. शहरात दुकाने उघडी राहून व्यवहार सुरू ठेवू दिल्यास लोकांचा पुनः संबंध होऊन प्लेगचे वास्तव्य कदाचित कायम होणेचा संभव आहे. सबब वरील मुदतीनंतर कोणाही व्यापाऱ्यास व्यापारासाठी दुकान उघडण्यास परवानगी नाही. बाजार भरण्याबद्दल नदीजवळ पृथक जागा ठरविली असल्याने, लोकांस जिन्नसपानस मिळण्याची सोय झालेली आहे, ती सध्या आहे तशीच राहण्याची आहे.

४. लोकांनी आपले घराचे वगैरे संरक्षणासाठी जे रखवालदार ठेविले असतील अगर त्यांना पुढे ठेवण्याचे असतील त्यांनी आमचेकडून त्यांची नावे दाखल करून पास न्यावेत. अशा पासावाचून सदर मुदतीनंतर कोणासही गावात रात्री वस्तीस राहू दिले जाणार नाही. सर्व शहर खुले झाल्यानंतर लोकांच्या मालमत्तेचे वगैरे संरक्षण चांगले प्रकारे व्हावे म्हणून सरकारातून जादा पोलीस नेमणेत आलेले आहे.

५. कलम २ यात नमूद केलेल्या मुदतीनंतर जर कोणी गावात वस्तीस राहिल्याचे आढळून येईल, तर त्यास सक्तीने बाहेर काढण्यात येईल व सरकारी हुकूम अमान्य केल्याबद्दलही त्याजवर रीतीप्रमाणे काम चालविले जाईल.

६. अत्यंत गरिबीमुळे ज्यांस झोपड्या बांधण्याची शक्ती नसेल, त्यांना कामावर अ. अगर एक्स्ट्रा अ. प्लेग कमिशनर यांजकडील दाखल्याने झोपड्या बांधण्याबद्दल सामान हेडक्वार्टर ओव्हरसियर यांजकडून मोफत देवविणेची तजवीज करण्यात आली आहे.

७. ज्या मजूरदार लोकांस उदरनिर्वाहासाठी रोज मजुरीच केली पाहिजे, त्यांचेकरिता राहण्यास कळंबे तलावावर सरकारातून झोपड्या बांधण्यात येत आहेत, तेथे राहून तलावाच्या रिलीफ कामगारीवर त्यांना मजुरी मिळेल, अशी तजवीज करण्यात आली आहे.

८. होता होईल तितके लवकर पुनः शहरात येऊन राहण्यास लोकांना

परवानगी देणेची असल्याने, शहर सर्व खुले होताच डिसइन्फेक्शनचे कामास सुरुवात केली जाईल.

९. ज्या कोणास या नियमासंबंधाने अगर डिसइन्फेक्शनसंबंधाने माहिती घेण्याची असेल, त्यांनी आमच्या आफिसात येऊन माहिती मागितल्यास त्यास ती देण्यात येईल.

R. V. SABNIS
दिवाण व प्लेग कमिशनर, कोल्हापूर
(करवीर सरकारचे गॅझेट, भा. १, ता. ६ जाने., १९००)

**

१०

खंडेराव गोपाळ बागल, मुनसिफ कोर्ट शिरोळ, यांना शिरोळ गावापुरता मॅजिस्ट्रेट वर्ग १ चा अधिकार देणारा हुकूम.

न्याय खाते

तारीख : २७ डिसेंबर, १९००

रा. रा. खंडेराव गोपाळ बागल, मुनसिफ कोर्ट शिरोळ यांस नांदणी, पेटा शिरोळ गावापुरता माजिस्ट्रेट वर्ग १ चा अधिकार, सेशन कमेटचा अधिकार व क्रि. प्रो. कोड कलम ११०।११३ प्रमाणे अधिकार हुजूरून देण्यात येऊन ठराव नंबर ३२७, १८९९ चा झाल्या लगत मे. रावबहादूर सरन्यायाधीश इलाखा करवीर यांजकडून मा. आ. नंबर ३१५७, तारीख २६ दिसेंबर, १८९९ चे इकडे लिहून आल्यावरून इकडून जिल्हा माजिस्ट्रेट या नात्याने मि. बागल यांस खाली लिहिलेप्रमाणे अधिकार देण्यात आले आहेत : (पुढे तपशील आहे - संपादक)

V. G. GOKHALE
डिस्ट्रिक्ट माजिस्ट्रेट इलाखा करवीर.
(करवीर सरकारचे गॅझेट, भा. १, ता. ६ जाने., १९००)

**

११

प्लेगाच्या साथीत कोल्हापूर शहरातील घरेदारे व चीजवस्तू निर्जंतुक करण्यासंबंधीचे नियम

जाहीरनामा

जनरल खाते

तारीख : २२ जानेवारी सन १९०० इसवी

नंबर ५६ - करवीर शहरातील सर्व घरे खुली करण्यासंबंधाने जाहीरनामा प्रसिद्ध झाल्याप्रमाणे बहुतेक लोक बाहेर झोपड्यांत वगैरे राहावयास निघून गेले, ही मोठी समाधानाची गोष्ट आहे. आता घरे वगैरे डिसइन्फेक्ट करण्याचे कामास सुरुवात करण्याची असल्याने, हुजूर आज्ञेवरून हा जाहीरनामा प्रसिद्ध करण्यात येत आहे.

२. तारीख १ फेब्रुवारी सन १९०० इसवीपासून प्रत्येक घराचे मालकाने, अगर ते ज्याच्या स्वाधीन असेल त्याणे, आपले घर सरकारचे डिसइन्फेक्शनसंबंधाचे नियमास अनुसरून व सरकारातून नेमलेल्या अधिकाऱ्याच्या देखरेखीखाली, (१५) पंधरा दिवसांत डिसइन्फेक्ट करण्याची तजवीज करावी. या मुदतीत ज्याकडून आपली घरे डिसइन्फेक्ट होणार नाहीत, त्यांची घरे सरकारमार्फत डिसइन्फेक्ट करण्यात येऊन, खर्च मालकाकडून, जमीन महसुलाचे नियमाप्रमाणे वसूल करून घेतला जाईल.

३. सरकारमार्फत आपली घरे डिसइन्फेक्ट करण्यात यावीत, अशी ज्यांची इच्छा असेल त्यांनी, तारीख ३० मिनहूच्या आत रा. रा. हेल्थ ऑफिसर म्यु. कमेटी सिटी करवीर यांजकडे लेखी कळवावे व ते सांगतील तेवढी रकम त्यांजकडे अमानत जमा करावी.

४. घरे शुद्ध करण्यास लागणारी द्रव्ये ज्याची त्याणे पाहिजे त्या ठिकाणी खरेदी करावीत. ज्याला सरकारमार्फत खरेदी करण्याची असतील त्यास तशी मिळवून देण्याची सोय केली जाईल.

५. घरे वगैरे डिसइन्फेक्ट करणेसंबंधाचे नियम विस्तृत रीतीने येथे देणे शक्य नाही. ज्यांना तशी माहिती पाहिजे असेल त्याणी, मे. जार्ज सिंक्लेर साहेब बहादूर, दरबार सर्जन कोल्हापूर यांनी केलेले 'प्लेगच्या आजाराविषयी संक्षिप्त टिपणे', हे पुस्तक वाचावे. लोकांच्या माहितीसाठी ठोकळ रीती खाली दिली आहे :

अ. घरे - (सांधे, कोपरे, भिंती, साणी, खिडक्या, कोनाडे व जमीन वगैरे) घरावरील कवले व पांझरण काढून आत प्रकाश व ऊन चांगले येईल अशी तजवीज करावी व शक्य असेल तेथे ४/६ इंच जाडीचा गवत, पाला, पाचोळा, कडवा वगैरेचा थर घरातील जमिनीवर करून तो पेटवून द्यावा, नंतर भिंती व जमिनी रसकापुराचे मिश्रणाने धुवून चुन्याने अगर पांढरे मातीने सारवाव्या. मात्र त्यात शेण मिसळू नये आणि मग घर निदान १० दिवसपर्यंत मोकळे टाकावे. रसकापूरचे मिश्रणाचे प्रमाण चार हजार पाण्याचे भागांत एक रसकापुराचा भाग असे आहे.

ब. धान्य - धान्य उन्हात चांगले वाळवावे म्हणजे झाले; यापेक्षा जास्ती डिसइन्फेक्ट करण्याची त्यास जरूर दिसत नाही.

क. कपडे - प्रथम कपडे आधण आलेल्या पाण्यात घालून निदान ३० मिनिटेपर्यंत त्यातून शिजवून काढावेत व नंतर चांगल्या पाण्याने धुवून उन्हात वाळवावेत. मौल्यवान कपडे म्हणजे लोकरीचे व रेशमाचे वगैरे असतील ते दोन दिवस उन्हात टाकावेत.

ड. लोखंडी सामान, (हत्यारे, भांडी वगैरे धातुमय पदार्थ), हे जिन्नस अग्नीत घालून भाजून काढावेत. जी भांडी भाजून काढिल्यापासून बिघडण्याचा संभव आहे, अशी भांडी आधण आलेल्या पाण्यातून बुडवून काढिली असता पुरे आहे.

ई. लाकडी व दगडी सामान, (खुर्च्या, टेबले बाके वगैरे लाकडी व दगडी जाती, उखळे वगैरे), हे जिन्नस डिसइन्फेक्ट करणे झाल्यास त्यावर प्रथम आधण आलेले पाणी ओतावे व नंतर रसकापुराचे पाण्यात एक स्वच्छ फडके भिजवून त्याणे पुसून काढावेत.

फ. उंदीर - एखाद्या ठिकाणी उंदीर, घुशी वगैरे मेलेले सापडल्यास, त्यास हात न लावता, ते सर्व ताबडतोब एखाद्या चिमट्याने उचलून दूर नेऊन जाळून टाकावेत व तो चिमटा विस्तवातून भाजून काढावा व ते ठिकाणही डिसइन्फेक्ट करावे.

६. ज्याला आपले घर डिसइन्फेक्ट करण्याचे असेल, त्याणे तीन दिवस आगाऊ नोटीस सेंट्रल प्लेग ऑफिस कोल्हापूरमध्ये द्यावी. म्हणजे डिसइन्फेक्शनचे कामावर देखरेख करण्याबद्दल तजवीज करण्यात येईल.

७. अति गरिबीमुळे ज्यास रसकापूर वगैरे किमतीची द्रव्ये खर्च करण्यास सामर्थ्य नाही, असे असिस्टंट अगर एक्स्ट्रा असिस्टंट प्लेग कमिशनर यांस दिसून येईल, त्यास ती द्रव्ये सरकारातून मुफत दिली जातील.

८. घरे डिसइन्फेक्ट होऊन त्यात राहणे सुरक्षित आहे असे खात्री झाल्यावाचून कोणासही घरात येऊन राहण्यास पास मिळणार नाही. घरात येऊन राहण्याबद्दलचे अगर व्यापारधंदे चालविण्याबद्दल सरकारातून असिस्टंट प्लेग कमिशनरच्या सहीचे पास दिले जातील. पासावाचून जे लोक गावात येऊन राहतील, त्यांस सक्तीने बाहेर

काढण्यात येईल व शिवाय सरकारी हुकूम अमान्य केल्याबद्दल रीतीप्रमाणे त्यांजवर खटला केला जाईल.

९. वरील नियमासंबंधाने ज्यास जास्त माहिती घेण्याची असेल, त्यांनी आमचे ऑफिसात येऊन विचारल्यास ती देण्यात येईल.

R. V. SABNIS

दिवाण व प्लेग कमिशनर, इलाखा करवीर.

(करवीर सरकारचे गॅझेट, भा., १, ता. २७ जाने., १९००)

**

१२

प्लेगच्या साथीत लोकांना गाव सोडून माळावर राहावे लागत असे. अशा प्रसंगी लोकाच्या दागदागिने, दस्तऐवज, रोकड रक्कम इ. जिनगीचे सरकारकडून संरक्षण करण्याच्या व्यवस्था जाहीर करणारा जाहीरनामा.

जाहीरनामा

जनरल खाते

तारीख : ३ फेब्रुवारी, १९००

नंबर ६१ - करवीर इलाख्यात जिकडे तिकडे प्लेगचा आजार सुरू असल्याने गावगन्नाचे लोकांस गाव सोडून माळावर वगैरे राहावे लागत आहे व सालमजकुरी. पाऊस पडावा तसा न पडल्यामुळे बरीच महागाई झाली आहे. अशा स्थितीत लोकांचे इस्टेट जिनगीबद्दलचे जास्त काळजी बाळगून तिचे विशेष प्रकारे संरक्षण होणे आवश्यक आहे, असे हुजूर सरकारास वाटल्यावरून हुजूरून करवीर इलाख्यातील ज्या कोणाही रयतेस आपली इस्टेट, दागदागिने व दस्तऐवज बंदोबस्ताने सरकारात ठेवण्याची इच्छा असेल त्याणे सदरचे जिन्नस एका मोहरबंद पेटीत घालून ती पेटी तो ज्या तालुक्यात राहत असेल, त्या तालुक्याचे खजिन्यात पोहोचती केल्यास ती ठेवून घेण्याबद्दल तालुक्यानिहाय हुकूम देण्यासाठी हुजूर ठराव नंबर ६३९ चे आधारे कि. आ. नंबरचे आज्ञेत आले आहे. त्याअन्वये तालुक्यानिहाय हुकूम देण्यात आले आहेत, तरी ज्याची इच्छा असेल त्याणे सदरी लिहिल्याप्रमाणे पेटी ठेविली म्हणजे त्यास ती पोहोचल्याबद्दल तालुक्यातून

पावती मिळेल व ज्या वेळी आपली पेटी परत नेणेची असेल त्या वेळी पावती दाखविल्यानंतर ती परत देण्यात येईल. तालुक्याचे खजिन्यात पेट्या ठेवून घेण्यास सवड असेल तितक्या ठेवून घेतल्या जातील. रोकड रक्कम सरकारात जमा करून ठेवावी, अशी ज्याची इच्छा असेल त्याची ती रकम सरकारात अमानत जमा करून घेऊन त्यास पावती देण्यात येईल.

R. V. SABNIS

दिवाण सरकार करवीर.

(करवीर सरकारचे गॅझेट, भा. १, ता. १० फेब्रु., १९००)

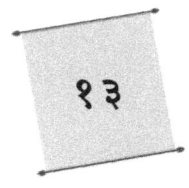

**

१३

आरंभीच्या मोजक्याच सुशिक्षित तरुणांपैकी एक जिवाजीराव सावंत यांची शाहू महाराजांनी सरसुभे यांच्या ऑफिसात 'अटॅची' म्हणून नेमणूक केली. पुढच्याच साली कोल्हापुरात जे मराठा वसतिगृह स्थापन झाले, त्याच्या स्थापनेत जिवाजीरावांचा सहभाग होता.

मुलकी खाते

तारीख : ३ जुलई, १९००

हुजूर सरकारचे समक्ष आज्ञेवरून मेहरबान रावबहादूर दिवाण साहेब सरकार करवीर यांजकडून इंग्रजी नंबर १७४९, तारीख २० जून, १९०० चे कलमी झाल्यात, मि. जिवाजी रघोजीराव सावंत बी. ए. यांस तारीख १ जुलई सन १९०० इसवीपासून इकडील ऑफिसमध्ये दरमहा १०० रुपये पगारावर अटॅची नेमण्यात आले आहे.

R. R. SHIRGAVKAR

सरसुभे

(करवीर सरकारचे गॅझेट, भा. १, ता ७ जुलै, १९००)

**

१४

कोल्हापूरच्या राजाराम कॉलेजमधील प्राध्यापकांच्या निवृत्ती व नेमणुकीविषयीचा हुकूम. यात निर्देशलेल्या मोडक, विजापूरकर व डोंगरे या तिन्ही व्यक्ती कोल्हापूरच्याच नव्हे, तर महाराष्ट्राच्या इतिहासात आपापल्या कार्याने प्रसिद्ध पावल्या आहेत.

शाळा खाते

तारीख : ५ जुलई १९००

नंबर ६ - प्रोफेसर बाळाजी प्रभाकर मोडक यांणी अर्ज केल्यावरून त्यांना तारीख १ जुलई सन १९०० पासून पेन्शन देऊन सदर तारखेपासून घोरपडे लेक्चरर मि. विष्णु गोविंद विजापूरकर, पगार रुपये दरमहा १२५, एकशे पंचवीस यांस दरमहा दोनशे रुपयांवर प्रोफेसर आफ संस्कृत नेमिले व मि. महादेव गणेश डोंगरे बी. एस्सी., एल, सी. ई. यांचे अर्जावरून त्यांस दरमहा एकशे पंचवीस रुपयांवर मि. विजापूरकर यांचे जागी घोरपडे लेक्चर नेमले, हुजूर हुकूम नंबर ४४९, तारीख २० जून, १९०० प्रमाणे.

R. V. SABNIS
दिवाण सरकार करवीर
(करवीर सरकारचे गॅझेट, भा. १, ता. ७ जुलै, १९००)

**

१५

व्हिक्टोरिया राणीच्या अंत्यविधीच्या दिवशी कोल्हापूर संस्थानात पाळावयाच्या शोकदिनानिमित्तच्या कार्यक्रमाचा जाहीरनामा

जाहीरनामा

तारीख : १ माहे फेबुवारी, १९०१

नंबर ३३ - मलिकामाझमा इंग्लिस्तान केसर-ई-हिंद चक्रवर्तींनी प्रिय महाराणी व्हिक्टोरिया यांचे देहाचा अंत्यविधी उदईक म्हणजे शनिवार, तारीख २ माहे फेब्रुवारी सन १९०१ इ. रोजी इंग्लंडात व्हावयाचा आहे. या अत्यंत शोचनीय दिवशी सर्व शाळा, आफिसे बंद करण्यात येऊन आपले प्रजाजनांनी आपले उद्योगधंदे, दुकाने व उत्साहप्रसंग तहकूब करावेत, अशी श्रीमन्महाराज छत्रपति साहेब सरकार करवीर यांची आज्ञा झाली आहे, त्याबरहुकूम सर्वांनी तजवीज ठेवावी.

परलोकवासी महाराज्ञी यांचे वयास ८१ वर्षे होती म्हणून उदईक संध्याकाळी ८१ तोफा मिनिटा-मिनिटाच्या अंतराने सोडण्यात येतील. शेवटची तोफ सूर्यास्ताबरोबर होईल व त्याच वेळी बावटा खाली पाडला जाईल.

सर्व जातींचे गोरगरीब, आंधळेपांगळे, व्याधिग्रस्त वगैरे भिकारी लोकांस उद्या संध्याकाळी रिसाल्यात व तोफखान्यात खिचडी, कापडा वगैरे रूपाने धर्मादाय वाटण्यात येईल. याच प्रसंगी काही कैदी बंधमुक्त करण्यात येतील.

हुजूर आज्ञेवरून,
R. V. SABNIS
दिवाण, सरकार करवीर.
(करवीर सरकारचे गॅझेट, भा. १, ता. ९ फेब्रु., १९०१)

**

१६

व्हिक्टोरिया राणीच्या निधनानंतर सातवे एडवर्ड इंग्लंडच्या गादीवर बसले. त्या प्रसंगी त्यांनी हिंदुस्थानातील राजे-रजवाडे व लोक यांना उद्देशून जे पत्र पाठविले होते, त्याची प्रसिद्धी कोल्हापूर गॅझेटमध्ये करण्यात आली.

जाहीरनामा

पोलिटिकल खाते

तारीख : २६ फेबुवारी, १९०१

नंबर ३६ - सर्वांस कळावयासाठी पुढील पत्र प्रसिद्ध करण्यात आले आहे.

मलिक माआझम, कैसरेहिंद, यांजकडून हिंदुस्थानचे राजेरजवाडे व लोक ह्यांस आलेले पत्र.

हिंदुस्थानचे राजेरजवाडे व लोक यांस- माझ्या परमप्रिय मातोश्रीच्या अत्यंत दुःखकारक मरणामुळे, फार पुरातन काळापासून वंशपरंपरेने चालत आलेली गादी मला प्राप्त झाली आहे. तेव्हा या प्रसंगी हिंदुस्थानचे राज्यकर्ते संस्थानिक व माझ्या हिंदुस्थानच्या राज्यांतील रहिवासी यांचे अभीष्ट चिंतून, त्यांचे कल्याण करण्याची माझी मनापासून इच्छा आहे, असे त्यांना आश्वासन देणे मला इष्ट वाटते. इंग्लंड देशाच्या राज्यकर्त्यांपैकी माझ्यापूर्वी गादीवर असलेल्या व ज्यांच्याबद्दल सर्व लोक एवढे दुःख करीत आहेत, त्या विख्यात महाराणीसाहेबांनीच प्रथम हिंदुस्थानचा राज्यकारभार प्रत्यक्ष आपल्याकडे घेतला आणि त्या विस्तीर्ण देशाच्या राज्यकारभाराशी आपला विशेष निकट संबंध जडला, हे दर्शविण्यासाठी बादशाहीण हा किताब धारण केला.

हिंदुस्थानासंबंधी सर्व बाबतींत केसर-ई-हिंद या स्वतः नेहमी अंतःकरणापासून मोठी कळकळ बाळगीत असत आणि खुद्द त्यांच्याविषयी व त्यांच्या गादीविषयी हिंदुस्थानातील कोट्यवधी लोकांची किती राजनिष्ठा व प्रेम असे, हे मला चांगले अवगत आहे.

ही राजनिष्ठा व प्रेम, दक्षिण आफ्रिकेतील लढाईमध्ये राज्यकर्ते संस्थानिक, उदार अंतःकरणाने व स्वदेशाभिमानाने, जी मदत देण्यास पुढे आले तीवरून व देशी सैन्याने आपल्या स्वदेशाच्या हद्दीबाहेर जी मर्दुमकीची कामगिरी बजाविली तीवरून, महाराणी साहेबांच्या चिरकाल चाललेल्या व वैभवास चढलेल्या कारकिर्दीच्या शेवटच्या वर्षी विशेष व्यक्त झाली.

मी हिंदुस्थानात येऊन, त्या प्राचीन व प्रख्यात साम्राज्यातील राज्यकर्ते, संस्थानिक, इतर प्रजाजन व मोठमोठी शहरे यांची प्रत्यक्ष ओळख व माहिती करून घेतली, ती महाराणीसाहेबांच्याच इच्छेवरून व परवानगीने होय.

त्यावेळी माझ्या मनावर जे परिणाम घडले, त्यांचे मला कधीही विस्मरण होणार नाही आणि मी, पहिल्या केसर-ई-हिंद यांनी घालून दिलेला अत्युत्तम कित्ता पुढे ठेवून हिंदुस्थानातील माझ्या सर्व दर्जाच्या प्रजाजनांचे सामान्य हित करण्याचा व

महाराणी साहेबांच्याप्रमाणे, त्या प्रजाजनांच्या अचल राजनिष्ठेस व प्रेमास पात्र होण्याचा प्रयत्न करीन.

(सही) एडवर्ड, रा. व बा.
मुकाम जंजिरे विंडसर, तारीख ४ माहे फेब्रुवारी सन १९०१
श्रीमन्महाराज छत्रपतिसाहेब सरकार करवीर यांचे आज्ञेवरून,
R. V. SABNIS
दिवाण, निसबत सरकार करवीर.
(करवीर सरकारचे गॅझेट, भा. १, ता. २ मार्च, १९०१)

**

१७

व्हिक्टोरिया राणीच्या स्मृतिप्रीत्यर्थ कोल्हापुरात मराठा समाजाच्या अभ्युदयासाठी 'मराठा एज्युकेशन सोसायटी' स्थापन करण्यात आली. या संस्थेस आपला पैसा सरकारी खजिन्यात भरून तो व्याजी लावण्याची व्यवस्था करणारा शाहू महाराजांचा हुकूम झाला.

जनरल खाते

तारीख ३१ मे, १९०१

नंबर ५० - सर्व लोकांस कळविण्यासाठी प्रसिद्ध करण्यात येते की, परलोकवासी मलिका-मा-अझमा व्हिक्टोरिया केसर-ई-हिंद यांचे स्मारकप्रीत्यर्थ कोल्हापूर येथे मराठे ज्ञातीच्या लोकांचे हित करण्याच्या हेतूने 'मराठा एज्युकेशन सोसायटी' नावाची संस्था स्थापन झाली असून, तिचे स्वामिभक्तियुक्त व स्तुत्य असे हेतू व मराठे ज्ञातीची मागासलेली स्थिति मनात आणून, श्रीमन्महाराज छत्रपति साहेब सरकार करवीर यांणी, सदर संस्थेस आपला पैसा सरकारचे खजिन्यात भरणा करण्याची परवानगी देऊन, तो पैसा व्याजी लावून त्याची व्यवस्था करण्याचे बाबतीत खालील नियम ठरविले आहेत.

(पुढे तपशील आहे - संपादक) हुजूर आज्ञेवरून
R. V. SABNIS
दिवाण, सरकार करवीर.
(करवीर सरकारचे गॅझेट, भा. १, ता. १ जून, १९०१)

**

वारंवार पडणाऱ्या दुष्काळाशी यशस्वीपणे मुकाबला करण्यासाठी शाहू महाराजांनी आपल्या राज्यात स. ११०२ मध्ये 'जलसिंचन धोरण' (Irrigation Policy) जाहीर केले. त्याअनुसार मि. गुप्ते यांची 'इरिगेशन ऑफिसर' म्हणून नेमणूक होऊन त्यांना संस्थानातील सर्व लहान-मोठ्या तळ्यांचा व विहिरींचा) अहवाल तयार करण्याचा हुकूम झाला.

जाहीरनामा नंबर ४८

तारीख ३ फेब्रुवारी, १९०२

करवीर इलाख्यात दुष्काळाचा प्रतिबंध करण्यासाठी इरिगेशनचे काम चालू करणेबद्दल मि. शंकर सिताराम गुप्ते यांस इरिगेशन ऑफिसर नेमण्यात आल्याबद्दल वगैरे हुजुरून नंबर १०४, तारीख २३ जानेवारी, सन १९०२ चे आज्ञेत आले ते खाली लिहिलेप्रमाणे –

दुष्काळचा प्रतिबंध करण्यास पाटबांधाऱ्याच्या कामाचा (इरिगेशनचा) फार उपयोग होतो, असे नजरेस आल्यावरून मोठमोठ्या तळ्यांची कामे सुरू करण्यात आली आहेत. ह्या तळ्यांचा व संस्थानातील इतर तळ्यांचा व विहिरींचा इरिगेशनचे कामी जास्त उपयोग व्हावा, या हेतूने त्या कामी प. वर्क्स खात्यांत इरिगेशन डिव्हिजन निराळी करण्यात येऊन त्यांजवर मि. शंकर सिताराम गुप्ते यांस इरिगेशन ऑफिसर नेमण्यात आले आहे, त्यांनी प्रथमतः खाली लिहिलेले माहितीचा रिपोर्ट सत्वर करणेचा :

संस्थानात इरिगेशन होणेचे तलाव कोठे आहेत, त्यास पाण्याचा पुरवठा कोठून होतो, वर्षभर प्रत्येक तिमाही किती पाणी येते, किती पाण्याचा उपयोग करिता येईल, ताल बांधून पाणी आल्यास गाळ कोणत्या जातीचा येईल, त्यापासून शेतीस फायदा अगर गैरफायदा होईल वगैरे गोष्टीबद्दल माहिती खुलासेवार घेणेची.

असलेल्या तलावाचे पाण्याचा इरिगेशनचे कामी उपयोग हाईल की नाही, होत असल्यास अदमासे किती एकर जमीन भिजेल व त्यास खर्च काय येईल. ज्या तलावाचे इरिगेशनपासून सरकारास थोडे उत्पन्न येऊन रयतेस फायदा लवकर

मिळणेजोगा असेल, अशा तलावाबद्दल इरिगेशन प्रॉजेक्ट लवकर तयार करून पूर्ण हकीकतीचा वेगळा रिपोर्ट करावा.

संस्थानांत असलेले तलाव, सरकारी व खासगी विहिरीवर किती एकर जमीन भिजते, याचा प्रत्येक तालुक्याचा गाववार निराळा तक्ता तयार करणेचा. या तळ्यांत विहिरीचे पाणी किती मोटांस किती दिवस पुरते व त्यावर कोणते जातीची किती एकर पिके दरसाल होतात व विहीर सुधारण्याजोगी आहे की कसे, ही माहिती असावी. तलावाचीही याप्रमाणेच माहिती देऊन निराळा तक्ता करणेचा. तक्त्याचा नमुना आपल्याकडून जावा व त्याची एक प्रत हुजूर पाठवावी.

या डिव्हिजनकडे एक ड्राफ्ट्समन पगार २०, एक मेस्त्री पगार १५ व एक कारकून पगार १२ याप्रमाणे व सर्व्हेस लागणारे सामानाकरिता तूर्त (६००) रुपयेची ग्रांट मंजूर केली आहे. सदरहूसंबंधी मि. गुप्ते व रावसाहेब विचारे यांचा अभिप्राय मागऊन तो आपले अभिप्रायासह हुजूर पाठवावा.

सदर इरिगेशन ऑफिसर यांस प्रत्येक तालुक्यातील रेव्हिन्यू ऑफिसर यांजकडून लागेल ती माहिती व जरूर लागल्यास योग्य ती मदत ताबडतोब देण्यात यावी. म्हणून वगैरे आज्ञेत आले आहे.

R. V. SABNIS

दिवाण, सरकार करवीर.

(करवीर सरकारचे गॅझेट, भा. १, ता. ८ फेबुवारी, १९०२)

**

१९

कोल्हापूर संस्थानातील सरकारी नोकऱ्यांत (General Department) ५० टक्के जागा मागासवर्गीयांसाठी राखून ठेवणारा शाहू महाराजांचा इतिहासप्रसिद्ध व अभूतपूर्व असा जाहीरनामा. हिंदुस्थानच्या इतिहासातील राज्यकर्त्याने काढलेला अशा प्रकारचा हा पहिला जाहीरनामा होय. हा इंग्रजीतून काढला आहे.

NOTIFICATION
GENERAL DEPARTMENT

Kolhapur, dated 26th July, 1902

No. 11 - “Endeavours have been made in recent years in the

Kolhapur State to foster and encourage the education of all classes of the subjects but so far, His Highness regrets to have to record that those endeavours have not in the case of the more backward classes met with the success that was hoped for. His Highness has had the matter under very careful consideration and has come to the conclusion that this want of success is due to the fact that the rewards for higher education are not sufficiently widely distributed. To remedy this to a certain extent and to establish within the State an incentive to the backward classes of His Highness, subjects to study upto a higher standard His Highness has decided that it is desirable to reserve for those classes a larger share of employment in the State service than has hitherto been the case.

"In pursuance of this policy His Highness is pleased to direct that from the date of this order 50% of the vacancies that may occur shall be filled by recruits from among the backward classes. In all offices in which the proportion of officers of the backward classes is at present less than 50 p. c. the next apoointment shall be given to a member of those classes.

"A quarterly return of all appointments made after the issue of this order shall be submitted by all heads of Departments.

'For the purposes of these orders the backward classes shall be understood to mean all castes other than Brahmins, Prabhus, Shenwis, Paresees and other advanced classes.'

By order of His Highness, the Chhatrapati Maharaja.

K. N. PANDIT,
Acting Diwan.

(करवीर सरकारचे गॅझेट, भा. १, ता. २६ जुलै, १९०२)

**

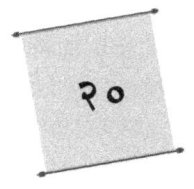

सरकारी नोकऱ्यांमध्ये (खासगी खाते) ५० टक्के जागा मागासवर्गीयांसाठी राखून ठेवणारा जाहीरनामा. हा मराठीतून काढला आहे.

खासगी खाते

तारीख २८ जुलई, १९०२

यादी - रा. रा. नायब खासगी कारभारी निसबत सरकार करवीर यांजकडे.

खासगी कारभारी निसबत सरकार करवीर यांजकडून.

सध्या कोल्हापूर संस्थानामध्ये सर्व वर्णाच्या प्रजेस शिक्षण देण्याबद्दल व त्यांस उत्तेजन देण्याबद्दल प्रयत्न केले आहेत; परंतु सरकारच्या इच्छेप्रमाणे मागासलेल्या लोकांच्या स्थितीत सदरहू प्रयत्नांस जितके यावे तितके यश आले नाही, हे पाहून सरकारांस फार दिलगिरी वाटते.

या विषयाबद्दल काळजीपूर्वक विचारांती सरकारांनी असे ठरविले आहे की, यशाच्या या अभावाचे खरे कारण उंच प्रतीच्या शिक्षणास मोबदले पुरेसे विपुल दिले जात नाहीत, हे होय.

त्या गोष्टीस काही अंशी तोड काढण्याकरिता व उंच प्रतीचे शिक्षणापर्यंत महाराज सरकारच्या प्रजाजनांपैकी मागासलेल्या वर्णांनी अभ्यास करावे, म्हणून उत्तेजन दाखल आपल्या संस्थानच्या नोकरीचा आजपर्यंत चालू असल्यापेक्षा बराच मोठा भाग या लोकांकरिता निराळा राखून ठेवणे हे इष्ट होईल, असे सरकारांनी ठरविले आहे.

या रीतीस अनुलक्षून महाराज सरकार असा हुकूम करतात की, हा हुकूम पोहोचल्या तारखेपासून रिकामे झालेल्या जाग्यापैकी शेकडा पन्नास जागा मागासलेल्या लोकांस भराव्या. ज्या ऑफिसांमध्ये मागासलेल्या वर्गांच्या अंमलदारांचे प्रमाण सध्या शेकडा पन्नासपेक्षा कमी असेल, तर पुढची नेमणूक या वर्षातील व्यक्तीची करावी.

या हुकूमाच्या प्रसिद्धीनंतर केलेल्या सर्व नेमणुकांचे तिमाही पत्रक प्रत्येक खात्याच्या मुख्यांनी सरकारांकडे पाठवावे.

सूचना - मागासलेल्या वर्णांचा अर्थ ब्राह्मण, परभू, शेणवी, पारशी व दुसरे

पुढे गेलेले वर्ण खेरीज करून सर्व वर्ण असा समजावा.

हुजूर आज्ञेवरून
नागेश पांडुरंग भिडे,
खासगी कारभारी
(करवीर सरकारचे गॅझेट, भा. १, ता. २ ऑगस्ट, १९०२)

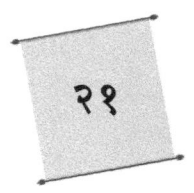

**

२१

रस्त्यांच्या दोन्ही बाजूंवर असणाऱ्या झाडांचे संरक्षण करण्याची जबाबदारी गावकामगार व तालुकाअधिकारी यांच्यावर टाकणारा शाहू महाराजांचा हुकूम.

मुलकी खाते

तारीख ६ नोव्हेंबर, १९०३

वट नंबर २० - रस्त्याचे बाजूस सरकारी झाडे आहेत, त्याजवरील फांद्या वगैरे लोक तोडतात, त्याचा बंदोबस्त राहणेबद्दल इंजिनियर खात्याकडून काम चालून अखेर हुजुरून ठराव नंबर ४६१ चा होऊन प.व.ब. नंबर १२९, तारीख २७ ऑक्टोबर सन १९०३ इसवीची आज्ञा झाले लगत मेहेरबान रावबहादूर दिवाण साहेब सरकार करवीर यांजकडून इ. आवक नंबर ६००, तारीख ३० ऑक्टोबर सन १९०३ इसवीचे लिहून आलेवरून हुकूम देण्यात येतो की, रस्त्याच्या बाजूच्या वगैरे झाडांचे ढापे लोक तोडून नेतात यासाठी ज्या गावचे हद्दीत ज्या रस्त्याचे बाजूची झाडे असतील त्याजवर गाव कामगार यांनी आणि तालुक्याचे अधिकारी यांनी नजर पुरविणेची तजवीज करावी. याचा दाखला आपल्या ताब्यातील सर्व कामगार, पाटील, कुलकर्णी यांस देऊन अवल कारकून व भाग कारकून यांसही देण्यात यावा.

R.R.SHIRGAVKAR
सरसुभे
(करवीर सरकारचे गॅझेट, भा. १, ता. ५ डिसेंबर, १९०३)

**

२२

कोल्हापुरातील अलबर्ट एडवर्ड हॉस्पिटलमधील लेडी डॉक्टर मिस कृष्णाबाई केळवकर यांना बढती दिल्याचा शाहू महाराजांचा हुकूम. महाराजांच्या प्रोत्साहनानेच इंग्लंडमधील वैद्यकशास्त्रातील उच्च शिक्षणाची पदवी घेऊन कृष्णाबाई नुकत्याच कोल्हापुरी परतल्या होत्या.

मेडिकल खाते

तारीख : १२ फेब्रुवारी,१९०४

नंबर ३८ - मिस कृष्णाबाई केळवकर लेडी डॉक्टर ऑलबर्ट एडवर्ड हॉस्पिटल कोल्हापूर, यांस पूर्वी ठरलेल्या कराराअन्वये हुजुरून इंग्रजी शेरेपत्र नंबर ६४, तारीख २९ माहे जानेवारी सन १९०४ चे आज्ञेत आल्याप्रमाणे तारीख १६ माहे जानेवारी सन १९०४ इसवीपासून दरमहा २५ रुपये बढती देण्यात आली आहे.

R. B. SABNIS
दिवाण, सरकार करवीर,
(करवीर सरकारचे गॅझेट, भा. १, ता. २० फेब्रुवारी, १९०४)

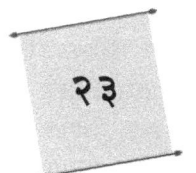

**

२३

इनामी जमिनी धारण करणाऱ्या सनदी नोकरांच्या घराण्यात चालत आलेल्या जमिनी वडील घरातच हिस्से न करता तशाच चालवाव्यात म्हणून शाहू महाराजांचा हुकूम. तत्कालीन सरंजामी पद्धतीच्या शासन व्यवहारातील हा महत्त्वाचा हुकूम होता.

मुलकी खाते

वट नंबर ३५

तारीख : २६ मार्च, १९०४

श्रीमन्महाराज छत्रपति साहेब सरकार करवीर यांचे हुजूरचा मुलकी खाते ठराव नंबर ८८७, तारीख १९ माहे मार्च सन १९०४चा झाल्यावरून प्रसिद्ध करण्यात येते की :

पाटील, कुलकर्णी, कोटकरी, गडकरी, गावसनदी व हुजूरसनदी वगैरे नोकरीच्या जमिनी धारण करणारे इसमांकडे असलेल्या जमिनी त्यांचे निर्वाहास पुरे इतक्या असल्याने, अशा जमिनीच्या भाऊबंदी वाटण्या होऊन लहान लहान विभाग होणे इष्ट नाही. त्यायोगे सरकारी नोकरीस हरकत पैदा होते. अशा मासल्याची बरीच उदाहरणे नजरेस आली आहेत; सबब हक्काने यापुढे हल्ली नोकरीवर असणारे इसमाकडे वडील घराण्यात हिस्से झाल्याशिवाय हल्ली त्याजकडे असलेल्या जमिनी चालणेच्या आहेत. त्यांजकडून नोकरी बिनहरकत झाली पाहिजे. तसेच कोटकरी व शिलेदार ज्यांचेकडून नोकरी होत नसून हल्ली नोकरीअंश वगैरे आकार येऊन जमा होतो, त्यासही वरील नियम लागू समजणेचा आहे; कारण प्रसंगोपात सरकारास त्यांचे नोकरीची केव्हा तरी जरूर लागणेचा संभव आहे. कोटकऱ्यापैकी ज्यांनी नोकरी करण्याचे कबूल केले आहे, त्यांसही वरील नियम लागू समजण्याचे असून, त्यांनी यापुढे बिनहरकत नोकरी केली पाहिजे. आता त्यांजकडून नोकरीअंश घेऊन नोकरी माफ होण्याची नाही. आपसात कबुलीने नोकरीच्या जमिनीचे हिस्से झाल्यास ते सरकारातून मान्य होणार नाही. यापूर्वी विभाग झाले असतील त्यासंबंधाने प्रसंगानुसार योग्य तो विचार होईल.

वडील घराण्यास दत्तक घेण्याचा प्रसंग आल्यास होता होईल तितके करून तो मूळ संपादकाचे घराण्यापैकी असावा.

गावसनदी लोकांची उत्पन्ने वस्ती जमाबंदीच्या मानाने जरूर नाही, अशा सबबीवर केव्हाही खालसा करण्याची नाहीत. यांची नोकरी ज्या त्या गावातच घ्यावी. दुसऱ्या गावास करण्यास सांगू नये. एखादे गावी सनदी जास्ती असून, दुसरे गावी कमी असतात, असे प्रसंगी जेथे कमी आहेत तेथे नक्तीचे ठेवण्यात येतील.

याप्रमाणे यापुढे सरसहा वहिवाट राहण्याची आहे. या हुकूमाची एक एक प्रत नोकरीची जमीन धारण करणारे इसमाकडे प्रत्येकी देण्यात येईल.

R.R. SHIRGAVKAR

सरसुभे

(करवीर सरकारचे गॅझेट, भा. १, ता. २ एप्रिल, १९०४)

**

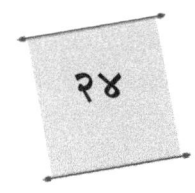

२४

कोल्हापुरातील शाहूपुरी पेठेतील व्यापाऱ्यांना अडचणीच्या प्रसंगी कर्जपुरवठ्याची व्यवस्था पुढीलप्रमाणे केली गेली.

डि. ऑफिसर उत्तरभाग व एक्स्टेंशन ऑफिसर शाहूपुरी यांजकडून

तमाम लोकांस कळावयाकरिता प्रसिद्ध करण्यात येते की, रेल्वे स्टेशनानजीक जी व्यापाराची सोय सरकारातून करून देण्यात आली आहे, तेथे व्यापार चालविणारे लोकांस पैशाचे संबंधाने विशेष अडचणी व भारी व्याज न पडण्याकरिता, सरकारांनी सोने गहाण ठेवून घेऊन दरसाल दर शेकडा ३ रुपयेप्रमाणे व्याजाने रकम कर्जी देण्याचे नेमात आणून त्याचा काजकारभार खाली सही करणाराकडे दिलेला आहे, तर ज्यास सदरहू कामाकरिता पैशाची गरज असेल त्यांनी खाली सही करणाराकडे हजर होऊन ठरलेल्या नियमांची समज घेऊन व्यापार करावा.

तारीख १ फेब्रुवारी, १९०५

विठ्ठल सदाशिव,

डि. ऑ. उ. व. एक्स्टेंशन ऑफिसर

(करवीर सरकारचे गॅझेट, भा. १, ता. ४ फेब्रुवारी, १९०५)

**

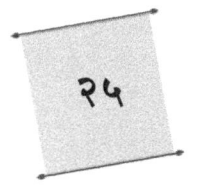

२५

कोल्हापूर शहरात घोडागाड्या, टांगे इ. वाहनांना रात्रीच्या वेळी उजेडासाठी कंदिलांची सक्ती करणारा हुकूम

जाहीरनामा

तारीख : ३१ जुलई, १९०५

गाड्या, टांगे, वगैरे वाहनाचे भाडोत्री लोकांस कळविण्यात येते, की काळोखात उजेडाकरिता वाहनावर कंदिलाचा उपयोग न करणे, हा कायद्याने अपराध होतो.

काळोखात उजेडाकरिता वाहनावर मेणबत्तीचे अगर राकॉइल तेलाचे चिमण्या बसविलेले कंदील उपयोगात आणण्याविषयी भाडोत्री लोकांस समज देण्यात आली व कंदिलाचा नमुनाही दाखविण्यात आलेला आहे; पण त्याचा व्हावा तसा उपयोग भाडोत्री लोकांकडून झाला नाही, असे फौजदार यांचे रिपोर्टावरून हुजूर नजरेत आले आहे, करिता हुजूर सरकारचे फौ. आ. नंबर १८१, तारीख २९ माहे जुलई सन १९०५ चे आज्ञेस अनुसरून इकडून असे फर्मविण्यात येते की :

यापुढे वाहने वापरणाऱ्या लोकांनी, काळोख्यात मर्जी असेल त्याने मेणबत्तीच्या कंदिलाचा उजेडाकरिता उपयोग करावा, तसे शक्य नसेल त्याने राकॉइलची चिमणी बसविलेल्या कंदिलाचा उपयोग करावा. कंदिलाचा नमुना फौजदार शहर करवीर यांजकडे पाहण्यास मिळेल.

याविरुद्ध ज्याचेकडून वर्तन होईल, त्याजवर कायद्याप्रमाणे काम चालविण्यात येईल.

(करवीर सरकारचे गॅझेट, भा. १, १२ ऑगस्ट, १९०५)

**

२६

वेदोक्ताच्या संघर्षात करवीर पीठाच्या शंकराचार्यांनी कर्मठ ब्राह्मणांची बाजू घेतल्यामुळे शाहू महाराजांनी पीठाचे उत्पन्न सरकारजमा केले होते. शेवटी या संघर्षात शंकराचार्य विद्यानरसिंह भारती यांना हतबल व्हावे लागले. त्यांना १९०५ मध्ये महाराजांसमोर शरणागती स्वीकारावी लागून कोल्हापुरातील ब्रह्मवृंदांनाही शरण जाण्याचा आदेश द्यावा लागला. एवढे सगळे घडल्यावर महाराजांनी मठाचे उत्पन्न शंकराचार्यांना परत केले. त्या वेळेचा हा महाराजांचा ऐतिहासिक हुकूम

मुलकी खाते

तारीख : १८ सप्टेंबर, १९०५

श्रीमन्महाराज छत्रपती साहेब सरकार करवीर यांचे हुजुरून ठराव नंबर ३६३ चा होऊन मु. जा. नंबर ३५०; तारीख १६ माहे सप्टेंबर सन १९०५ इसवीची आज्ञा झाल्यात :

“श्रीस्वामी जगद्गुरू विद्यानरसिंह भारती, यांजकडून बारअंक ११९, तारीख १० माहे सप्टेंबर सन १९०५ ची आलेली थैली पाहण्यात आली व त्यातील सर्व मजकूर हुजूरचे ध्यानी येऊन, माजी श्री विद्याशंकर भारती स्वामी यांजकडून हल्लीचे श्रीस्वामी जगद्गुरू विद्यानरसिंह भारती यांस धर्मपीठावर स्थापना करण्यामध्ये इकडील दरबारच्या नियमाविरुद्ध वर्तन झालेले आहे. तत्संबंधाने हल्ली स्थानापन्न झालेले श्रीस्वामीकडून दिलगिरी प्रदर्शित करण्यात आली आहे व पुढे दरबारच्या नियमास अनुसरून अशा व इतर सर्व बाबतींत तजवीज राहील, असे श्रीचे वचन झालेले आहे व हल्ली श्रीकडून हुजूर घराण्यात क्षत्रियोचित विधाने सर्व धर्मकृत्ये करण्याचे बाबतीत जो निष्कारण लढा पडला होता, तो दूर करण्यामध्ये मामूल वहिवाटीस अनुसरून, श्रीच्या पीठास व गादीस योग्य अशा प्रकारची आज्ञा ब्रह्मवृंदास झाली आहे. याप्रकारे सर्वतोपरी श्रीचे वर्तन इकडील बाबतीत या गादीस योग्य व निष्ठापूर्वक असे आहे व विद्वता, आचार-विचार याहीकरून श्रीस्वामी जगद्गुरूचे धर्मपीठास योग्य असलेले श्रीकडून आलेल्या थैलींत कलमी झाल्याअन्वये, श्रीस्वामी विद्यानरसिंह भारती यांची श्रीस्वामी जगद्गुरूच्या पीठावर झालेली स्थापना मंजूर करून, इकडील जप्ती असलेले उत्पन्न पूर्ववत यांच्याकडे चालण्यासंबंधाने अनुकूल विचार करण्यात येत आहे; करिता इकडील उत्पन्नास श्रीस्वामी जगद्गुरू विद्यानरसिंह भारती यांचे नाव दाखल करून व ते खुले करून, तत्संबंधी राजकीय अधिकारासह पूर्ववतप्रमाणे चालवावे. अमानत उत्पन्नाबद्दल पुढे विचार होईल. याप्रमाणे ठराव करण्यात येऊन, श्रीस्वामी जगद्गुरू विद्यानरसिंह भारती यांजकडे वेगळी थैली पाठविण्यात आली आहे. आपल्याकडे दाखला राहून उत्पन्न खुले करून नाव दाखल करण्याबद्दल वरती लिहिल्याप्रमाणे अमल करण्यास ताबे अंमलदारांस हुकूम देणेची तजवीज व्हावी. नाव दाखल होण्याबद्दल व शिष्य मंजूर केल्याबद्दल नजराणा घेणे वगैरे तजवीज मागील दाखल्यास अनुसरून आपल्याकडून व्हावी व याची ग्याझिटात प्रसिद्धी व्हावी.”

याप्रमाणे मजकूर आहे, तरी उत्पन्नास नाव दाखल करणे व उत्पन्न त्यांजकडे खुले करण्याची तजवीज ठेवावी, म्हणून सर्व तालुक्या व महालनिहाय हुकूम दिले आहेत.

R. R. SHIGRAVKAR

सरसुभे

(करवीर सरकारचे गॅझेट, भा. १, ता. २३ सप्टें., १९०५)

**

२७

सरसुभे अथवा सरन्यायाधीश अनुपस्थित असता त्यांच्या-कडून आलेल्या ठरावासंबंधी त्यांच्याऐवजी कौन्सिलात बसून अभिप्राय देण्याचा अधिकार भास्करराव जाधव यांना बहाल करण्याचा शाहू महाराजांचा हुकूम.

जाहीरनामा

न्याय खाते

तारीख : ५ फेबुवारी १९०६

नंबर ८ - मेहेरबान रावबहादूर सरसुभे इलाखा करवीर यांचे ठरावावरील जरुरीचे एखादे कौन्सिल अभिप्रायास आलेले काम, मेहेरबान रावबहादूर सरन्यायाधीश सेशनात गुंतल्यामुळे अगर मेहेरबान रावबहादूर सरसुभे डिस्ट्रिक्टमध्ये फिरावयास गेलेवेळी, मेहेरबान रावबहादूर सरन्यायाधीश यांचे ठरावावरील फौजदारी वगैरे जरुरीचे कौन्सिल अभिप्रायास आलेले काम तहकूब ठेवावे लागते व त्यामुळे पक्षकार लोकांस लवकर न्याय मिळत नाही, ही अडचण दूर होण्यासाठी रावसाहेब भास्कर विठोबा जाधव यांस इकडून सूचना होईल तेव्हा कौन्सिलात बसून अभिप्राय देणेचा अधिकार असावा, अशाबद्दल हुजुरास केलेला रिपोर्ट हुजुरून ठराव नंबर ९२६, मु. आ. नंबर ८९५, तारीख ३० जानेवारी सन १९०६ चे हुकुमाने मंजूर झाला आहे.

R. V. SABNIS
दिवाण सरकार करवीर

(करवीर सरकारचे गॅझेट, भा. १, ता. १० फेबुवारी., १९०६)

**

२८

अवर्षणामुळे कोल्हापूर शहरातील तळी वगैरे सुकून गेल्याने त्यातील गाळ लोकांनी मोफत काढून नेण्याची परवानगी देणारा शाहू महाराजांचा हुकूम

एक्झिक्युटिव्ह इंजिनियर स्टेट कोल्हापूर यांजकडून

सालमजकुरी पावसाचे अवर्षणामुळे कोल्हापूर शहरातील असलेले रंकाळे, पद्याळे, खंबाळे, महार तलाव, जिती नाल्याचे धरण, वरुणतीर्थ वगैरे तलाव अगदी सुकले आहेत व त्याची पात्रे उघडी पडली आहेत, सबब त्यातील गाळ ज्या कोणाची इच्छा असेल त्यांस मोफत काढून नेण्यास परवानगी असावी, अशा बाबतीत इकडून रिपोर्ट झालेवरून, अखेर श्रीसरकार हुजुरून तसे करण्याबद्दल कि. आ. नंबर ८३२, तारीख १३ माहे डिसेंबर सन १९०५ चे आज्ञेत आले आधारे मेहेरबान रावबहादूर दिवाण साहेब सरकार करवीर यांजकडून हु. आ. नंबर २८४, तारीख १३ माहे मार्च, १९०६ चे लिहून आले आहे.

तारीख १६ मार्च १९०६

D.A.VICHARE, L.C.E.

एक्झिक्युटिव्ह इंजिनियर

(करवीर सरकारचे गॅझेट, भा. १, ता. २४ मार्च, १९०६)

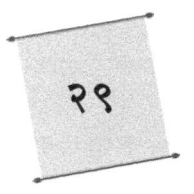

**

२१

भास्करराव जाधवांची 'डिस्ट्रिक्ट मॅजिस्ट्रेट' नेमणूक केल्याचा शाहू महाराजांचा हुकूम

नेमणुका

न्याय खाते

तारीख ५ जून १९०६

रावसाहेब भास्कर विठोबा जाधव, म्युनिसिपालिटीचे सुपरिंटेंडेंट यांस डि. माजिस्ट्रेट नेमिल्याबद्दल व त्यांनी आपले हल्लीचे काम सांभाळून डि. माजिस्ट्रेटचे काम करणेचे आहे.

याबद्दल हुजुरून जु. ठराव नंबर १८५ चा होऊन, इकडील नावे फौ. जा. नंबर २४, तारीख ३१ माहे मे सन १९०६ चे मेहेरबान रावबहादूर दिवाण साहेब यांचे मार्फत आज्ञेत आल्यावरून, सदरच्या नेमणुका तारीख १ माहे जून सन

१९०६ पासून करण्यात आल्या आहेत.

K.N.PANDIT
सरन्यायाधीश
(करवीर सरकारचे गॅझेट, भा. १, ता. ९ जून, १९०६)

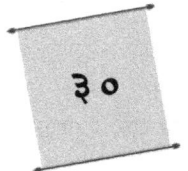

**

३०

पुरुषांप्रमाणेच स्त्रियांची १८ वर्षे पुरी झाल्यावर त्या वयात आल्याचे कायद्याने समजावे म्हणून खुलासा करणारा हुकूम.

डिस्ट्रिक्ट रजिस्ट्रार इलाखा करवीर यांजकडून -

वट नंबर ५ - एका प्रकरणात, स्त्री वयात आली असे समजण्यात किती वर्षांचे तिचे वय असले पाहिजे अशाबद्दल काम चालल्यात. खालसा मुलखातील माहिती आणविल्यावरून अखेर मेहेरबान रावबहादूर सरसुभे साहेब इलाखा करवीर यांजकडून कि. आ. नंबर ६८५, तारीख १८ माहे ऑगस्ट सन १९०६ इसवीचे लिहून आल्यात, खालसा मुलखात सन १८७५ चा ॲक्ट ९, व्यवहार्य वयाचा, यातील कलम ३, प्यारा २ यात लिहिल्याप्रमाणे, मनुष्य अगर स्त्री अठरा वर्षे वयात आल्याची खात्री झाल्यास नोंदणीस कबूल करण्याची वहिवाट चालू आहे, अशाबद्दल दाखला आला आहे. वरील वटहुकमातील मोघम इसम असे लिहिलेले आहे.

सदरहूत स्त्रियांचा समावेश करण्यास हरकत दिसत नाही, सबब पुरुषांप्रमाणे स्त्रियांच्या वयाची इयत्ता १८ वर्षे पुरी झाल्याशिवाय वयात आली आहे, असे म्हणता येणार नाही, समजून त्याप्रमाणे तजवीज राहण्याबद्दल वटहुकूम देण्यात यावा व वट नंबर ३३, सन १८७८ यांजवर हल्लीचे हुकमाचा दाखला ठेवावा वगैरे आहे; करिता हुकूम देण्यात येतो की, वट नंबर ३३ यात अठरा वर्षे पुरी झाल्याशिवाय इसम वयात आला, असे म्हणता येणार नाही म्हणून आहे; करिता इसम या शब्दात स्त्रियांचा समावेश करण्यास हरकत नसल्यामुळे, पुरुषांप्रमाणे स्त्रियांच्या वयाची इयत्ता अठरा वर्षे पुरी झाल्याची खात्री झाली म्हणजे वयात आली असे समजावे.

वट नंबर ३३ सन १८७८ याजवर या हुकमाचा दाखला ठेवावा.

तारीख ३ सप्टेंबर १९०६

T.M.MARATHE

डि. रजिस्ट्रार.

(करवीर सरकारचे गॅझेट, भा. १, ता. ८ सप्टें., १९०६)

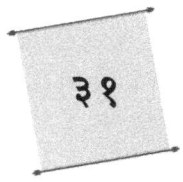

**

३१

१९०६ च्या सुमारास शाहू महाराजांना अडचणीत आणण्याचे कोल्हापुरातील ब्रह्मवृंदाचे अनेक उपद्व्याप चालू होते. त्यांच्या राशिंगकर, विजापूरकर, अभ्यंकर इत्यादी नेत्यांनी रयतेविषयीचा दिखाऊ कळवळा पुढे करून कोल्हापुरात 'लोक प्रतिनिधी सभा' स्थापन करण्याचा व त्याद्वारे महाराजांवर हल्ला चढविण्याचा पवित्रा घेतला होता. त्या संदर्भात महाराजांनी जारी केलेला हा हुकूम आहे. त्यात त्यांनी दरबारच्या कोणाही नोकराने या सभेशी संबंध बिलकुल न ठेवण्यास व रयतेच्याही ध्यानी ही बाब आणण्यास बजावले आहे.

जाहीरनामा

जनरल खाते

तारीख : १३ ऑक्टोबर, १९०६

नंबर ८ - कोल्हापूर येथे तारीख २ माहे ऑक्टोबर सन १९०६ इसवी रोजी लोकसभा या नावाची काही मंडळी मिळून त्यांनी या सभेचा ठराव पास झाल्याबद्दल यादी पाठविली आहे.

पूर्वी अशाच प्रकारची एक रयत एजन्सी स्थापन झाली होती व त्याबद्दल 'करवीर सरकारचे ग्याझिट' भाग १ ला, पृष्ठ १८१, तारीख ८ माहे ऑक्टोबर सन १८९२ याजवर वट नंबर १५, तारीख २४ माहे सप्टेंबर सन १८९२ चा हुकूम प्रसिद्ध झाला आहे, त्याचप्रमाणेही ही सभा असल्याने या सभेच्या मार्फत कोणत्याही अंमलदाराकडे अर्ज आल्यास त्यांनी त्याबद्दल दखलगिरी घेण्याची नाही व त्यांनी अगर कोणत्याही सरकारी नोकर लोकांनी स्वतः प्रत्यक्ष अगर अप्रत्यक्ष रीतीने आपला संबंध बिलकूल ठेवण्याचा नाही.

अशा बाबतीत रयत लोकांचा गैरसमज होऊन कदाचित त्यांचा वेळ, द्रव्य व मेहनत फुकट जाण्याचा संभव आहे; सबब ह्या हुकमाची नीट समज सर्व गावच्या रयत वगैरे लोकांस द्यावी, ग्याझिटात प्रसिद्धी व्हावी व याचा दाखला इलाखे मजकूरचे सर्व जहागिरदार यांजकडे देण्यात यावा, म्हणून हुजूर सरकारचा ठराव नंबर ३१४, मु. जा. नंबर ६०५, तारीख १२ माहे ऑक्टोबर सन १९०६ इसवीचे आज्ञेत आले आहे, त्याप्रमाणे तजवीज व्हावी.

R. V. SABNIS
दिवाण सरकार करवीर

(करवीर सरकारचे गॅझेट, भा. १, ता. २० ऑक्टोबर, १९०६)

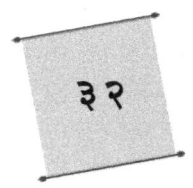

**

३२

आपली कन्या राधाबाई ऊर्फ अक्कासाहेब महाराज यांच्या नावाने शाहू महाराजांनी नवीन पेठ (राधानगरी) वसवून तेथे महालाचे ठाणे निर्माण केले. त्या संदर्भात महाराजांनी काढलेला हुकूम.

जाहीरनामा

जनरल खाते
तारीख : २७ फेबुवारी, १९०८

नंबर १७ - भुदरगड पेट्यापैकी वळिवडे येथे नवीन पेठ करून, त्या पेठेला व वळिवडे गावास 'राधानगरी' असे नाव देण्यात येऊन, त्या ठिकाणी महालाचे ठाणे करण्यात आलेले आहे व सदरहू महालाखाली खाली लिहिल्याप्रमाणे गावे देण्यात आल्याबद्दल हुजुरून ठराव नंबर ७५४, कि. जा. नंबर १५२, तारीख २४ माहे फेब्रुवारी सन १९०८ इसवीचे आज्ञेत आले आहे : (पुढे गावांचा तपशील दिलेला आहे - संपादक) येणेप्रमाणे तपशील असे.

R.R.SHIRGAVKAR
इ. दिवाण सरकार करवीर

(करवीर सरकारचे गॅझेट, भा. १, ता. ७ मार्च, १९०८)

**

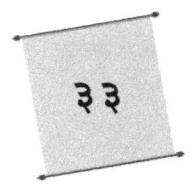

३३

शाहूपुरी व्यापारी पेठेतील भूखंडांवर संबंधितांनी इमारती बांधण्याच्या संदर्भातील शाहू महाराजांचा हुकूम.

एक्स्टेंशन आफिसर कोल्हापूर शाहूपुरी यांजकडून

तमाम लोकांस कळविण्याकरिता प्रसिद्ध करण्यात येते की, शाहूपुरीमध्ये वसाहत होण्यासाठी लोकांस जागा सन १८९६ सालापासून देण्यात आल्या, त्या वेळेपासून त्या जाग्यावर इमारती बांधण्याबद्दल बऱ्याच मुदती वरचेवर देण्यात आल्या व अखेरची मुदत तारीख ३१ माहे डिसेंबर सन १९०६ इसवी अखेरची होती, तीही मुदत पुरी होऊन गेली; तथापि बऱ्याच लोकांनी अद्यापि कामास मुळीच सुरुवात केलेली नाही, याबद्दल हुजूर रिपोर्ट होऊन अखेर हुजूर सरकारचा ठराव नंबर ७१७, कि. आ. नंबर १०४९, तारीख ६ माहे मार्च सन १९०७ इसवीचा झाल्यावरून प्रसिद्धी करण्यात येते की - (यापुढे हुकमाचा तपशील आहे - संपादक)

येणेप्रमाणे प्रसिद्धी करण्यात आलेली आहे. त्याप्रमाणे शाहूपुरीत जागा घेणारे लोकांनी सदरप्रमाणे तजवीज करण्यात यावी.

तारीख २६ मार्च १९०७

K. GAIKWAD

एक्स्टेंशन ऑफिसर

(करवीर सरकारचे गॅझेट, भा. १, ता. ३० मार्च, १९०७)

**

३४

कोल्हापूर संस्थानातील सीमावर्ती भागातील रायबाग हा गाव एके काळी कापड विणण्याच्या कलेत प्रसिद्ध होता; पण तेथे लिंगायत कोष्टी व मुस्लिम कोष्टी यांच्यात वितुष्ट येऊन दोन्ही समाजांचे कोष्टी लोक गाव सोडून गेले. परिणामी गावास निकृष्ट अवस्था आली. शाहू महाराजांच्या लक्षात गावची अवस्था येताच त्यांनी परागंदा झालेल्या कोष्ट्यांना गावी परत आणून त्यांचे पुनर्वसन

केले. त्यांना व्यवसायासाठी भांडवल व राहण्यास जागा दिल्या. त्यांच्या सहकारी संस्था स्थापन केल्या. त्या संदर्भात काढलेला हा जाहीरनामा.

जाहीरनामा

जनरल खाते

तारीख : २१ सप्टेंबर १९०८

नंबर ५ - रायबाग येथे कोष्टी लोकांची वसाहत जास्त वसावी व रायबाग हा गाव बुनादी मोठा असून अलीकडे बराच निकृष्ट स्थितीत आला असल्याने खाली लिहिल्याप्रमाणे तजविजीत यावयाचे ते :

१. जे कोष्टी लोक येथे वसाहत करण्याकरिता आलेले आहेत, त्यांना जमिनी व घरे पूर्वी देण्यात आलेली आहेत. याशिवाय आता त्यांस भांडवलाची जरूर आहे; सबब सरकारांनी कृपाळू होऊन तूर्त त्यांस ३००० रुपये देण्याचे ठरविले आहे. यापैकी २००० रुपये लिंगायत कोष्टी लोकांकरिता व १००० रुपये पेंढारी लोकांकरिता देण्याचे नियमात आले आहे. सदरहू रकम ५ वर्षेपर्यंत त्यास बिनव्याजी देण्याची आहे. तसेच दरम्यान केव्हाही जास्त व्यवहार वाढल्यास, ठेवीची रक्कम अधिक वाढविण्यात येईल.

२. लिंगायत कोष्टी लोकांची एक संस्था स्थापन करून, त्यास 'श्रीशाहू व्हीवर्स असोसिएशन' असे नाव देण्याचे मंजूर केले आहे.

३. सदरहू संस्थेसंबंधी तपशीलवार नियम करण्यात आलेले यास जोडण्यात आले आहेत, त्याअन्वये ही संस्था तूर्त चालण्याची आहे.

४. पेंढारी कोष्टी लोकांकरिता संस्था करावयाची, त्यास 'श्री राजाराम व्हीवर्स असोसिएशन' असे नाव देण्याचे मंजूर केले आहे.

५. या संस्थेसही लिंगायत कोष्टी लोकांच्या संस्थेसंबंधाने जे नियम केले आहेत, तेच यास लागू आहेत, असे समजावे.

६. ही संस्था नवीनच असल्याने, रजिस्ट्रेशनची वगैरे माफी देण्यात आली आहे. मात्र यापुढे चांगल्या स्थितीत आल्यावर ही रजिस्टर झाली पाहिजे.

७. या संस्थेसंबंधी महालकरी रायबाग यांनी परभारे पत्रव्यवहार करण्याचा आहे.

८. सदरहू दोन्ही संस्थांस तूर्त प्रेसिडेंट, रावसाहेब गाइकवाड हुजूर चिटणीस यास व व्हाइस प्रेसिडेंट रा. रा. गुरुनाथराव महालकरी यास नेमण्यात आलेले आहेत.

९. लिंगायत कोष्टी लोकांपैकी जे पंच नेमण्यात आले आहेत, त्यांस घरे

बांधण्याकरिता जागा देण्याची ती आज रोजी सकाळी महालकरी रायबाग यास दाखविण्यात आली आहे, त्याजबद्दल पुढील तजवीज रीतीप्रमाणे करावी व मुसलमान लोकांकरिता मसुदीच्या सभोवारची जागा देण्यात आलेली आहे; त्याजबद्दलही वरप्रमाणे तजवीज व्हावी.

येणेप्रमाणे कलमवार ठराव नंबर १८५, तारीख २३ माहे ऑगस्ट सन १९०८ इसवीचा करण्यात आला. याची प्रसिद्धी ग्याझिटात करण्याविषयी नंबर ५२, तारीख २७ माहे ऑगस्ट सन १९०८ इसवीचे आज्ञेत आल्यावरून करण्यात आली आहे.

हुजूर आज्ञेवरून,
R.R.SHIRGAVKARE
इं. दिवाण, सरकार करवीर
(करवीर सरकारचे गॅझेट, भा. १, ता. २६ सप्टें., १९०८)

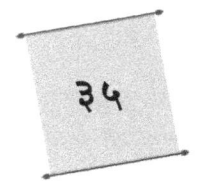

**

३५

कोल्हापूर शहराच्या बाहेर गावच्या हद्दीत असणाऱ्या खासगी जमिनी ताब्यात घेऊन त्या कुंभार, लोणारी, ढोर व कोरवी या समाजांच्या लोकांना त्यांच्या वसाहतीसाठी व व्यवसाया-साठी दिल्या गेल्या. त्या संदर्भात प्रसिद्ध केला गेलेला जाहीरनामा –

जाहीरनामा

डि. ऑफिसर दक्षिणभाग इलाखा करवीर यांजकडून -

बाजूस लिहिलेल्या लोकांस कळावयाकरिता प्रसिद्ध करण्यात येते की, हुजूर सरकारचा ठराव नंबर २७८, सन १३१८ फसलीचा होऊन, लगत रावसाहेब हुजूर चिटणीस यांजकडील मु. आ. नंबर ४३७, तारीख ७ माहे सप्टेंबर सन १९०८ इसवीलगत मेहेरबान रावबहादूर सरसुभे साहेब इलाखा करवीर यांजकडील कि. आ. नंबर १०९२, तारीख ११ माहे सप्टेंबर सन १९०८ इसवीचा हुकूम झाल्यावरून, कसबा करवीर पेटा करवीर व इलाखा मजकूर या गावच्या हद्दीतील जमीन सार्वजनिक कामास म्हणजे कुंभार, लोणारी, ढोर, कोरवी यांचे वसाहतीस गावाबाहेर घरे व त्यांचे कारखाने चालण्याकरिता आणि म्युनिसिपालिटीच्या इतर कामाकरिता मागण्यावरून

खाली लिहिलेल्या जमिनी सरकारात घेण्यात आल्या आहेत. (पुढे तपशील आहे - संपादक)

सदरहू जमिनी सार्वजनिक कामाकरिता सरकारात घेण्याबद्दल ज्या त्या इसमास शक्य असेल तर दुसरी जमीन अगर नक्तीने कांपेनसेशन देण्याचे आहे. त्याच्या चौकशीकरिता या जाहीरनाम्याच्या तारखेपासून ३० दिवसांच्या आत खाली सही करणारे डि. ऑफिसर यांचे ऑफिसात सुटीचा दिवस खेरीजकरून मुक्काम असेल तेथे हजर व्हावे, आणि मागणे आधी अर्जाने करावे. म्हणजे चौकशी करून विचार होईल.

तारीख ऑक्टोबर १९०८

विठ्ठल सदाशिव

डि. ऑफिसर दक्षिण भाग

(करवीर सरकारचे गॅझेट, भा. १, ता. १७ ऑक्टो. १९०८)

**

३६

स. १८१६ ते सु १९०८ या दरम्यान कोल्हापूर संस्थानात प्लेगची लागण झालेल्या व त्यात मृत्युमुखी पडलेल्या रुग्णांच्या संख्येचा तक्ता. यावरून कोल्हापूर संस्थानात प्लेगने कसा हाहाकार उडवून दिला होता, याची कल्पना येते. हिंदुस्थानात इतरत्र प्लेगमध्ये मरणाऱ्यांचे प्रमाण याहून अधिक होते. अशा प्रकारचे तक्ते वर्षातून वेळोवेळी प्रसिद्ध केले जात असत. येथे वानगीदाखल एक दिला आहे.

Summary of plague cases and deaths in the Kolhapur. Principality from November 1896 to 19th December 1908

Period	Cases	Deaths
Total from November 1896 to 28th May 1897	89	71
Total from 29th May 1897 to 27th May 1898	41	27
Total from 28th May 1898		

to 26th May 1899	1,054	855
Total from 27th May 1899 to 2nd June 1900	4,420	3,354
Total from 3rd June 1900 to 31st May 1901	254	133
Total from 1st June 1901 to 31st May1902	25,428	19,747
Total from 1st June 1902 to 31st May 1903	20,198	16,423
Total From 1st June 1903 to 27th May 1904	29,086	21,154
Total from 28th May 1904 to 2nd June 1905	17,302	13,520
Total from 3rd June 1905 to 1st June 1906	8,163	5,979
Total from 2nd June 1906 to 1st June 1907	10,900	8,100
Total from 2nd June 1907 to 31st May 1908	30,809	23,928
Total from 1st June 1908 to 5th December 1908	1,123	792
Total from 6th December 1908 to 12th December 1908	45	37
Total from 13th December 1908 to 19th December 1908	30	23
Grand Total	1,48,942	1,14,533

Diwan's Office　　　**Kolhapur, 23rd December 1908**
R.V. SABNIS　　　**Diwan & Plague Commissioner.**

(करवीर सरकारचे गॅझेट, भा. १, ता. २६ डिसेंबर, १९०८)

**

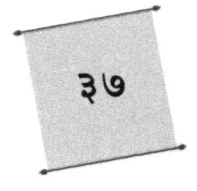

३७

१९०८ च्या सुमारास कोल्हापुरात दहशतवाद्यांच्या हिंसक कारवायांना ऊत आला होता. पोलिटिकल एजंट कर्नल फेरिसच्या खुनाचा याच वेळी प्रयत्न झाला. शाहू महाराजांनी या दहशतवाद्यांवरील खटले चालविण्यासाठी इंग्रज सेशन जज्ज पाठवून देण्याची मुंबई सरकारला विनंती केली. त्यानुसार मि. सी. ए. किन्केड यांची स्पेशल सेशन जज्ज म्हणून नेमणूक करण्यात आली.

NOTIFICATION LEGISLATIVE DEPARTMENT

Kolhapur 23th December 1908.

No. 9 - The Following is published for the general information of the public :-

At the request of the Darbar, the Bombay Government have been pleased to place the services of Mr. C. A. Kincaid I. C. S. temporarily at the disposal of the Darbar for the purpose of trying, as special Sessions Judge, certain cases, committed to the Court of Sessions. The special Sessions Court will open on the 11th January, next in the Town Hall Building.

By order of H. H. The Chhatrapati Maharajasaheb of Kolhapur.

R.V.SABNIS

Diwan of Kolhapur

(करवीर सरकारचे गॅझेट, भा. १, ता. २६ डिसेंबर, १९०८)

**

३८

रावबहादूर रघुनाथ व्यंकाजी सबनीस कोल्हापूर संस्थानचे दिवाण, यांना १०० रुपयांची बढती दिल्याचा शाहू महाराजांचा हुकूम.

नेमणुका

तारीख १७ जून १९०९

नंबर २ - मेहेरबान रावबहादूर रघुनाथ व्यंकाजी सबनीस, दिवाण सरकार करवीर, यांनी करवीर दरबारची आजपर्यंत जी इमाने इतबारे उत्तम प्रकारची नोकरी केली, ती हुजुरास पसंत होऊन, त्यास तारीख १ माहे जून सन १९०९ पासून दरमहा १०० रुपये बढती देण्यात येऊन त्यांचा पगार ८०० रुपये करण्यात आल्याबद्दल हुजुरून ठराव नंबर ७९, कि. जा. नंबर १३, तारीख १७ माहे जून सन १९०९ चे आज्ञेत आले आहे.

R.R.SHIRGAVKAR

इ. दिवाण, सरकार करवीर

(करवीर सरकारचे गॅझेट, भा. १, ता. १९ जून १९०९)

**

३९

कोल्हापूर म्युनिसिपालिटीतील हलक्या दर्जाच्या नोकरांना म्हातारपण, आजार इ. बाबतींत आर्थिक मदत व्हावी, यासाठी शाहू महाराजांनी त्यांना प्रॉव्हिडंट फंड योजना लागू केली. एवढेच नव्हे, तर या फंडावर सावकारी कर्जे अथवा म्युनिसिपालिटीची देणी चढणार नाहीत, अशीही तरतूद केली.

म्युनिसिपल खाते

तारीख २९ ऑक्टोबर १९०९

कोल्हापूर म्युनिसिपालिटीकडील हलक्या दर्जाचे नोकर म्हणजे झाडूवाले, भंगी, गटार साफ करणारे, गाड्या भरणारे, खत तयार करणारे वगैरेंचा पगार अगदी कमी असल्याने त्या लोकांची आजार, म्हातारपण याकरिता पगारांतून बचत राहत नाही. यासाठी या लोकांची सांपत्तिक स्थिती सुधारण्यासाठी प्रॉव्हिडंट फंड करण्याबद्दल चालले कामी, अखेर हुजूर सरकारचा ठराव नंबर ४०९ चा होऊन, मु. आ. नंबर ५८३, तारीख २४ माहे सप्टेंबर सन १९०९ इसवीची आज्ञा झाल्यात, या लोकांसाठी प्रॉव्हिडंट फंड जमा करण्याचे संबंधाचे झाले नियमांचा मसुदा मंजूर झाला, त्यातील कलम ११ आहे ते :-

११. सदर जमा असलेल्या रकमेवर कोणत्याही कारणाकरिता काढलेल्या

सावकारी कर्जाची किंवा सरकारी अथवा म्युनिसिपालिटीच्या कोणत्याही देण्याची जबाबदारी केव्हाही पडणार नाही. याप्रमाणे नियम मंजूर झालेला आहे, तो सर्व लोकांस जाहीर होण्यासाठी प्रसिद्ध करण्यात आला आहे.

R.R.SHIRGAVKAR
सरसुभे
(करवीर सरकारचे गॅझेट, भा. १, ता. ६ नोव्हेंबर, १९०९)

**

४०

शाहू महाराजांनी आपल्या संस्थानातील अनाथ व बेवारसी मुलांच्या संगोपनाची सोय अल्बर्ट एडवर्ड हॉस्पिटलमध्ये अशी केली-

वट नंबर १

तारीख १७ जानेवारी १९१०

अनाथ व बेवारसी मुले ठेवण्यासंबंधाने मेहेरबान रावबहादूर दिवाण साहेब सरकार करवीर यांजकडून कि. आ. नंबर ३१९७, तारीख १९ माहे डिसेंबर सन १९०४ चा हुजूर रिपोर्ट होऊन हुजुरून मेहेरबान रावबहादूर दिवाण साहेब सरकार करवीर यांजकडून कि. आ. नंबर ७६१, तारीख १० माहे जानेवारी सन १९०५ इसवीचे लिहून आल्यात, सदरहू मुले पूर्वीप्रमाणे ऑल्बर्ट एडवर्ड हॉस्पिटलमध्ये ठेवण्यात येऊन, त्यांची काळजी घेण्यासाठी एक बाई दरमहा फक्त ५ रुपयांवर ठेवण्यात यावी म्हणून वगैरे असून ते मेहेरबान रावबहादूर दिवाण साहेब सरकार करवीर यांजकडे कि. आ. नंबर ३५८१, तारीख १८ माहे जानेवारी सन १९०५ इसवीचे मेहेरबान रावबहादूर दरबार सर्जन यांजकडे लिहून आल्याचा दाखला सर्व ताबे माजिस्ट्रेट यास देण्याबद्दल मेहेरबान रावबहादूर सरन्यायाधीश इलाखा करवीर यांजकडून मा. आ. नंबर ४१, तारीख १२ माहे जानेवारी सन १९१० इसवीचे लिहून आल्यावरून हुकूम देण्यात येतो की, सदरहूप्रसंगी सदरहूप्रमाणे तजवीज ठेवण्यात यावी.

B.V. JADHAV
डिस्ट्रिक्ट माजिस्ट्रेट
(करवीर सरकारचे गॅझेट, भाग १, ता. २२ जानेवारी १९१०)

**

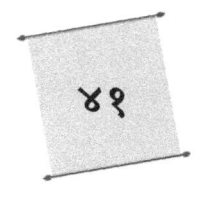

४१

करवीर काजींचे पूर्वापार हक्क शाहू महाराजांनी मंजूर केल्याचा हुकूम. मात्र या हक्कांमुळे अस्तित्वात असलेल्या दिवाणी व फौजदारी कायद्यास कोणतीही बाधा येणार नाही, असे या हुकूमात खास नमूद केले गेले.

जाहीरनामा

तारीख १२ एप्रिल १९१०

नंबर २३. काजी आबासाहेब वल्लद साहेबहजरत खातेदार व सय्यद खैरुद्दीन वल्लद दादासाहेब काजी व सय्यद अहमदसाहेब वल्लद हुसेनसाहेब काजी वहिवाटदार, राहणार करवीर यांनी हुजूर चरणी विनंती करून, आपल्या पूर्वजास बादशाहीतील सनदा, अदिलशाहीतील व औरंगजेब बादशहांकडील, करवीर इलाख्यातील सर्व मुसलमान लोकांवर अधिकार चालविण्याबद्दलच्या असलेल्या सादर केल्या, त्याप्रमाणे त्यांचे पूर्वजांस कैलासवासी श्री शाहू महाराज व श्री शंभू महाराज छत्रपती यांजकडूनही अधिकारदानच्या वगैरे सनदा मिळालेल्या सादर केल्या व विनंती केली की, हल्ली सदर अधिकार चालण्याचे कामी कमतरता आली असून, ते अधिकार पुनः हुजुरून चालविण्याची कृपा करावी. म्हणून अर्ज केल्यावरून, पूर्वीचे सनदेचे दाखल्यावरून व आजवर चालत आल्या वहिवाटीप्रमाणे जे अधिकार हल्ली कायद्याप्रमाणे दिवाणी फौजदारी कोर्टास वेगळे व पूर्णपणे देण्यात आले आहेत, त्यात कोणत्याही प्रकारे कमतरता न करता हल्लीचे स्थितीस अनुसरून त्यांस खालील अधिकार देण्याचे हुजुरून मेहेरनजरेने मंजूर केले आहे :

१. ईदेनच्या दोन्ही खुतबेची इदगेवर नमाज (पेषइमामी) पढणेची,

२. शादी व निकाह लावणे व लावण्याची परवानगी देणे,

३. हक्कहकदारी घेणे,

४. मुसलमान लोकांस उपदेश करणे,

५. काजी मजकूर यांच्या परवानगीखेरीज कोणत्याही पंथाच्या मुसलमान लोकांत शादी (लग्न) निकाह (पाट) कोणीही करण्याचे नाही व त्यासंबंधाची हकदारी दर खेपेस १६४ एक रुपया चार आणे व बरी (शिदा) किंवा त्याबद्दल ६८ या वसूल करणेचे हक्क आहे व त्याप्रमाणे पुढेही देण्यात आला आहे.

येणेप्रमाणे अधिकार त्यांस देण्याचे मंजूर केले आहे. याप्रमाणे कोणी वर्तन न

करील, तर त्याची चौकशी करून, रावसाहेब खासगी कारभारी यांनी हुकमाचा अंमल करणेचा आहे. याचा दाखला रावसाहेब खासगी कारभारी यांजकडे देण्यात येऊन, काजी मजकूर यासही हुजूर आज्ञेची समज देण्यात यावयाची. तसेच सर्व लोकांस हुजूर आज्ञेचा समज मिळण्याकरिता करवीर सरकारचे ग्याझिटात त्याची प्रसिद्धी व्हावी म्हणून हुजुरून ठराव नंबर ९५५, कि. जा. नंबर २६५, तारीख २८ माहे मार्च सन १९१० इसवीचे आज्ञेत आले आहे.

R.V. SABNIS

दिवाण सरकार करवीर

(करवीर सरकारचे गॅझेट, भा. १, ता. १६ एप्रिल, १९१०)

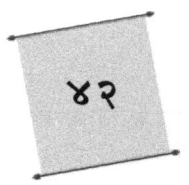

**

४२

प्रस्तुत हुकुमात उल्लेखलेले युसफ अब्दुला म्हणजे शाहू महाराजांनी कोल्हापुरात उच्च शिक्षण देऊन पुढे आणलेले मुस्लिम समाजातील पहिले उच्चविद्याविभूषित सामाजिक कार्यकर्ते. त्यांना पुढे करूनच महाराजांनी कोल्हापुरात मुस्लिम बोर्डिंगची स्थापना केली; आणि मुस्लिमांतील शैक्षणिक चळवळ चालू ठेवली.

मुलकी खाते

तारीख १४ सप्टेंबर १९१०

हुजूर सरकारचा ठराव नंबर २८१ चा होऊन मु. जा. नंबर ९९, तारीख १३ माहे सप्टेंबर सन १९१० इसवीची आज्ञा, मि. युसफ अब्दुल्ला मामलेदार व माजिस्ट्रेट वर्ग २, सिटी करवीर हे तूर्त भुधरगड पेट्यास मामलेदार व माजिस्ट्रेट वर्ग २ चे जागी गेले असल्याने, त्यांचे जागी मि. अण्णाप्पा बाबाजी लठ्ठे, प्रोफेसर राजाराम कॉलेज, यांस तूर्त सारखे पगारावर नेमण्यात आलेले आहे व त्यांस मामलेदार यांच्या कोर्टाचे अधिकार देण्यात आलेले आहेत म्हणून झाली आहे.

R.R.SHIRGAVKAR

सरसुभे

(करवीर सरकारचे गॅझेट, भा. १, ता. १७ सप्टेंबर., १९१०)

**

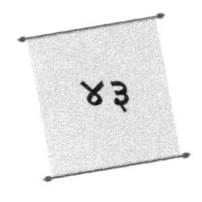

४३

कोल्हापूर संस्थानातील महारोग्यांची अणस्कुरा या ठिकाणी ‘लेपर असायलम’ स्थापून आवश्यक ती व्यवस्था केल्याचा जाहीरनामा

जाहीरनामा

डि. ऑफिसर दक्षिण भाग इलाखा करवीर यांजकडून -

तमाम लोकांस कळावयाकरिता प्रसिद्ध करण्यात येतो की, कोल्हापूरनजीक मौजे उंचगावचे हद्दीत महारोगी लोक पोटासाठी भटकत न हिंडण्यासाठी व लोकांस या सांसर्गिक रोगापासून उपद्रव व त्रास न होण्यासाठी लेपर असायलम स्थापन केले असून, तेथे त्यांची राहण्याची, पोटाची व कपडालत्त्याची व्यवस्था सरकारातून ठेवण्यात आलेली होती; परंतु त्या लोकांपासून उंचगावचे शेतकरी लोकांस अनेक प्रकारची पीडा होऊ लागली व उंचगावचे पंचगंगा नदीचे पाणोथ्यास यांची वहिवाट होऊ लागल्यामुळे लोकांनी तो पाणोथा बंद केला व पाणोथ्याखाली वाहत जाणारे नदीचे पाणी घेण्यास लोक अंदेशा घेऊ लागले वगैरे गोष्टी लोकांनी हुजूर सरकारास अर्ज वगैरे करून जाहीर केल्यावरून सदरचे जागी लेपर असायलम न ठेविता अणस्कुरा येथे धर्मशाळेमध्ये व जरूर लागल्यास इतर इमारतींमध्ये लेपर असायलम ठेवण्याचे नेमात येऊन नंबर तारीखचा हुकूम झाला आहे. त्यास अनुसरून लेपरचे आजारी लोक काही तेथे नेण्यात आले असून, पुढे येणारे करवीर इलाख्यातील पोटजहागिरीसुद्धा सर्व लोक येथे ठेवून त्यांची तेथे व्यवस्था व्हावयाची आहे, याकरिता सर्व पेट्याचे मामलेदार व महालकरी फौजदार यांनी व गावगन्नाचे सर्व गावकामगारांनी सदर प्रकारचे रोगी लोकांस अणस्कुरा येथे योजिलेले लेपर असायलममध्ये जाण्याची समज द्यावी. सदर प्रकारचे रोगी लोक भटकत फिरून लोकांस त्रास न देतील असा बंदोबस्त राहावा, अशी व्यवस्था करण्यात आली आहे. सदरहूबद्दल हुजूर सरकारचा ठराव नंबर ४१४, तारीख २९ माहे ऑक्टोबर सन १९१० इसवीचा होऊन हुकूम झाल्यावरून हा जाहीरनामा प्रसिद्ध करण्यात आलेला आहे.

तारीख १० नोव्हेंबर १९१०

विठ्ठल सदाशिव, डि. ऑ. दक्षिणभाग

(करवीर सरकारचे गॅझेट, भा. १, ता. १२ नोव्हें. १९१०)

**

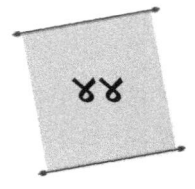

४४

कोल्हापूर संस्थानातील काही महत्त्वाच्या नेमणुकांचा हुकूम.
प्रो. अण्णासाहेब लठ्ठे यांची एज्यु. इन्स्पेक्टरपदी नेमणूक.

नेमणुका

तारीख १६ जानेवारी १९११

नंबर ४३. - सरकारी कामाच्या सोयीसाठी खाली लिहिल्याप्रमाणे नेमणुका तारीख १६ माहे जानेवारी सन १९११ पासून केल्याबद्दल हुजुरून ठराव नंबर ४ व ६, कि. जा. नंबर १९२ व १९४, तारीख ११ व १३ माहे जानेवारी सन १९११ इसवीचे आज्ञेत आले आहे.

१. प्रो. हरी भिकाजी करमरकर, बी. ए., राजाराम कॉलेज कोल्हापूर यास युवराज स्कूलकडे.

२. प्रो. करमरकर यांचे जागी रावसाहेब त्र्यंबक गदाधर नातू, बी. ए., ए. इन्स्पेक्टर इलाखा करवीर, यांस सारखे पगारावर राजाराम कॉलेजात.

३. त्यांचे जागी प्रो. अण्णा बाबाजी लठ्ठे, एम. ए., मा. वर्ग २ सिटी करवीर, पगार १२५, यांस २५ रुपये प्रमोशन देऊन १५० रुपयांवर ए. इन्स्पेक्टर.

यांचा पगार पुढे दर दोन वर्षांनी २५ रुपयेप्रमाणे २०० रुपये पावेतो वाढणेचा. येणेप्रमाणे असे.

R.V. SABNIS
दिवाण सरकार करवीर

(करवीर सरकारचे गॅझेट, भा. १, ता. २१ जाने. १९११)

**

४५

आपल्या राज्यातील प्राथमिक शिक्षणाचा दर्जा सुधारावा
यासाठी शाहू महाराजांनी १९११ मध्ये शिक्षकांच्या
प्रशिक्षणासाठी एक खास योजना तयार केली. त्या संदर्भातील
हा हुकूम.

नोटिफिकेशन

शाळा खाते

एज्युकेशनल इन्स्पेक्टर इलाखा करवीर यांजकडून -

या ऑफिसच्या नंबर ८८, सन १९११-१२ ने केलेल्या रिपोर्टावरून नंबर ५०८, सन १९११ ने श्रीमन्महाराज छत्रपति सरकार करवीर यांनी पुढील योजना मंजूर केली आहे. मेहेरबान रावबहादूर दिवाण साहेब यांचेकडून नंबर ३८३२, सन १९११-१२ ने लिहून आले आहे; सबब शाळा खात्यातील सर्व नोकर लोकांस आणि त्यांत पुढे नोकरी करू इच्छिणाऱ्या सर्वांस समजावे म्हणून ही योजना प्रसिद्ध करण्यात येत आहे. ती येणेप्रमाणे :-

१. कोल्हापूर इलाख्यातील शाळा खात्यातील जे शिक्षक ट्रेनिंगचे सर्टिफिकिट मिळविलेले नाहीत व मराठी स्कूल फायनल (मुलकी) परीक्षा किंवा युनिव्हर्सिटीची एखादी परीक्षा पास झालेले नाहीत, त्यांनी त्यांचे वय ४० वर्षांपेक्षा कमी असेल तर, हे नोटिफिकेशन प्रसिद्ध झाल्यापासून दोन वर्षांच्या आत, मराठी मुलकी परीक्षेत पास झाले पाहिजे. तसे करण्यात जे चुकतील ते कोणतीही बढती मिळविण्यास पात्र होणार नाहीत. शिक्षकांना असे करिता यावे म्हणून, जे शिक्षक परीक्षेस बसण्याचे पत्करितील त्यांस तीन महिन्यांची स्पेशल रजा देण्यात येईल.

२. या खात्यात मुलकी परीक्षा पास झालेले जे शिक्षक आहेत, त्यांना थोडे बहुत ट्रेनिंग मिळावे या उद्देशाने मेपासून नोव्हेंबरपर्यंत ६ महिने मुदतीत एक वर्ग काढण्यात येईल. या वर्गात शिक्षण देऊन पुढील विषयात परीक्षा घेण्यात येईल.

१) अंकगणित

२) मराठी भाषा

३) बाळबोध व मोडी लेखन

४) अध्यापनाची पद्धती व तत्त्वे

५) शाळेची व्यवस्था व रिपोर्ट लिहिणे

६) शिकविण्याचे प्रत्यक्ष काम करणे

येणेप्रमाणे विषयांत परीक्षा घेऊन पास होणाऱ्यास दाखले देण्यात येतील व पहिल्या वर्षाचे ट्रेनिंग मिळविलेल्या शिक्षकांचे सर्व हक्क त्यास प्राप्त होतील. आरंभी त्यास निदान ९ रुपये पगार देण्याची तजवीज होईल.

३. या क्लासात मुलकी परीक्षा पास झालेल्या; परंतु सरकारी नोकरीत नसलेल्या उमेदवारांनाही घेण्याचा अधिकार आहे.

४. शाळा खात्यातील मुलकी परीक्षा पास असलेल्या सुमारे २० शिक्षकांना या

वर्गात येण्यासाठी दरसाल सहा महिने निमपगारी रजा देण्यात येईल. ज्यांची इच्छा असेल त्यांना फेब्रुवारी महिन्यात पोचतील असे अर्ज करावे.

तारीख २६ सप्टेंबर १९११.

A.B. LATHE

एजु. इन्स्पेक्टर, कोल्हापूर.

(करवीर सरकारचे गॅझेट, भा. १, ता. १४ ऑक्टोबर १९११)

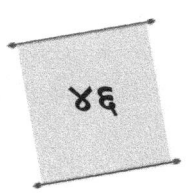

**

४६

कोल्हापूर संस्थानच्या सरकारी छपाई कामाचा मक्ता 'जैनेंद्र प्रेस'ला दिल्याचा हुकूम. हुकमात उल्लेखलेले कल्लाप्पा निटवे पुढे दरबारातील गायकवाड गटास धरून राहिले आणि १९१४ मध्ये त्यांनी 'डांबर प्रकरणा'त अण्णासाहेब लठ्ठे व भाऊराव पाटील यांना गुंतवण्याचे कारस्थान केले, निटव्यांचा दरबारात प्रवेश या सुमारास झालेला दिसतो.

जाहीरनामा

वट नंबर १३

तारीख २७ ऑक्टोबर १९११

करवीर सरकारचा छपाईकामाचा मक्ता आजपर्यंत श्रीव्यंकटेश्वर प्रेसचे मालक मिस्तर खेमराज श्रीकृष्णदास यांजकडे होता, तो तारीख ३१ माहे ऑक्टोबर सन १९११ रोजी संपत असल्याने, तारीख १ माहे नोव्हेंबर सन १९११ पासून पाच सालांचा पुढील मक्ता येथील जैनेंद्र छापखान्याचे मालक मिस्तर कल्लापा भरमाप्पा निटवे यास दिल्याबद्दल हुजुरून आज्ञेत आले आहे, सबब याची दखलगिरी सर्व सरकारी ऑफिसांनी घेण्यात यावी व ज्या ऑफिसकडून व्यंकटेश्वर प्रेसची मागील बाकी देणे असेल ती आठ दिवसांच्या आत सदर छापखान्याकडे बिनचूक पाठविण्यात यावी.

R. V. SABNIS

दिवाण सरकार करवीर

(करवीर सरकारचे गॅझेट, भा.१, ता. २८ऑक्टो. १९११)

४७

सार्वजनिक कार्यास वाहून घेण्याचा निश्चय करून खंडेराव बागल यांनी १९११ साली संस्थानातील अत्यंत प्रतिष्ठेच्या मामलेदारीच्या नोकरीचा राजीनामा दिला. त्या संदर्भातील शाहू महाराजांचा हुकूम.

मुलुकी खाते

तारीख ३ नोव्हेंबर १९११ इसवी

हुजूर सरकारचा ठराव नंबर ४८६ चा होऊन मु. जावक नंबर १७०, तारीख १माहे नोव्हेंबर सन १९११ इसवीची आज्ञा, मि. खंडेराव गोपाळ बागल माजी मामलेदार, पेटा आळते यांनी आपले नोकरीचा राजीनामा दिल्यावरून तो हुजुरून मंजूर करण्यात आला असून, झाले नोकरीचे मानाने होईल ती पेन्शन नियमाप्रमाणे देण्याविषयी आज्ञा झाली आहे.

गोपाळ चिंतामण   **R.V.SHIRGAVKAR**
चिटणीस   सरसुभे
(करवीर सरकारचे गॅझेट, भा. १ ता. ११ नोव्हेंबर, १९११)

**

४८

रावसाहेब दत्ताजीराव इंगळे यांना 'फर्स्ट क्लास मॅजिस्ट्रेट' म्हणून नेमल्याचा महाराजांचा हुकूम. हे दत्ताजीराव म्हणजे शाहू महाराजांचे बालपणीचे राजकोट-धारवाड मुक्कामाचे सहाध्यायी होत. महाराजांच्या खास विश्वासातील अधिकारी म्हणून ते त्यांच्या हयातभर वावरले.

जाहीरनामा नंबर २५

तारीख २५ नोव्हेंबर १९११ इसवी

शाहुपुरीकडील एक्स्टेन्शन ऑफिसर यांचा चार्ज रावसाहेब दत्ताजीराव इंगळे, प्रायव्हेट सेक्रेटरी, निसबत कागल सीनियर, यांजकडे देणेबद्दल व तसेच त्यास शाहुपुरीतील स्थळसीमेपुरते मॅजिस्ट्रेट वर्ग १ नेमणेत येऊन, संक्षिप्त रीतीने इन्साफ करणेचा अधिकार क्रि. प्रो. कोड कलम २६० अन्वये देण्यात आल्याबद्दल हुजुरून ज्यु. ठ. नंबर ४८६, फौ. आ. नंबर ७३३, तारीख १३ माहे नोव्हेंबर सन १९११ चे आधारे, आज्ञेत आले आहे.

R.V. SABNIS

दिवाण सरकार करवीर

(करवीर सरकारचे गॅझेट, भा. १, ता. २ डिसेंबर १९११)

**

४९

कोल्हापूर संस्थानात 'डिप्रेस्ड क्लासेस'च्या सर्व मुलांना मोफत शिक्षणाची सोय केल्याचा शाहू महाराजांचा हुकूम

तारीख १६ डिसेंबर १९११ इ.

जावक नंबर २८-रायबाग शाळेत कोरवी, वड्डर जातीचे मुले येऊ इच्छितात; पण फी देण्याचे त्यास सामर्थ्य नसल्यामुळे मोफत घेण्याच्या बाबतीत चालले कामी डिप्रेस्ड क्लासेसच्या सर्व मुलांना इलाखे मजकुरी मोफत शिक्षण देण्यात यावे, असे विषयी जाहीर केलेवरून त्याप्रमाणे होण्यास हुजुरून ठराव नंबर ६६२, कि. आवक नंबर ११५९, तारीख २४ नोव्हेंबर १९११ चे आज्ञेत आले आहे.

R.R.SHIRGAVKAR

इं. दिवाण सरकार करवीर

(करवीर सरकारचे गॅझेट, भा. १, ता. १६ डिसेंबर, १९११)

**

५०

रावब. शिरगावकर यांना तेलाची गिरणी घालण्यासाठी शाहू महाराजांनी शाहुपुरी वसाहतीत जागा दिली. आधुनिक यंत्रावर चालणारे अशा प्रकारचे कोल्हापुरातील हे पहिले उद्योगधंदे होते. त्यांना संरक्षण मिळून त्यांची वाढ व्हावी, या दृष्टीने महाराजांनी प्रारंभीची काही वर्षे शिरगावकरांना धंद्यातील मक्तेदारी दिली.

तारीख १८ एप्रिल १९१२ इ.

सर्व लोकांस कळविणेकरिता प्रसिद्ध करण्यात येते की, शाहूपुरी येथे तेलाची गिरणी काढणेकरिता जागा रावबहादूर रामचंद्र रघुनाथ शिरगावकर यांना हुजुरून देण्यात येऊन अशा प्रकारची दुसरी गिरणी पाच वर्षेपर्यंत करवीर इलाख्यात दुसरीकडे कोणीही काढण्याची नाही. अशाबद्दल हुजुरून ठराव नंबर १०१६, की. अर्जी नंबर ९७, तारीख २ माहे एप्रिल सन १९१२ ची आज्ञा झालेली आहे.

R.V. SABNIS
दिवाण सरकार करवीर
(करवीर सरकारचे गॅझेट, भा. १, ता. १८ एप्रिल १९१२)

**

५१

पाटील म्हणजे गावचा राजा. राजसत्तेचा गावातील शेवटचा प्रतिनिधी. त्याच्यावर गावचा कारभार अवलंबून असे. अशा पाटलाचे प्रबोधन व्हावे, तो आपल्या कामात तरबेज व कर्तव्यदक्ष राहावा, असे शाहू महाराजांना वाटत असे. १९११ मध्ये दिल्लीत पंचम जॉर्ज बादशहाचा भव्य दरबार झाला. त्याचे निमित्त साधून महाराजांनी आपल्या राज्यात पाटलांना प्रशिक्षण देणारी 'दिल्ली दरबार मेमोरियल पाटील स्कूल' ही संस्था स्थापन केली. त्या संदर्भातील हा जाहीरनामा.

जाहीरनामा

'दिल्ली दरबार मेमोरियल पाटील स्कूल'

१२ डिसेंबर रोजी भरलेल्या दिल्ली येथील सुप्रसिद्ध दरबाराचे स्मारक म्हणून वरील ----- वर्गाकरिता एक शाळा कोल्हापूर शहरात उघडण्याचे श्रीमन्महाराज छत्रपती --- करवीर यांनी हुजूर ऑफिस नं. कि. १४३४, आ. ता. २/२/१२ ने मंजूर केले आहे.

(पुढे तपशील आहे --- संपादक)

सदरहू शाळेत शिकविण्यात यावयाच्या विषयांची यादी अशी आहे.

(१) गाव पोलीस, डिस्ट्रिक्ट (जिल्हा) पोलीस यासंबंधी कायदे, व फौजदारी कायद्याची मुख्य तत्त्वे.

(२) गावचा जमाखर्च; त्यासंबंधी नमुने वगैरे मुलकी कामे.

(३) खेडेगावातील आरोग्यासंबंधी वगैरे माहिती. त्या संबंधाने गावकामगारांची कर्तव्ये.

(४) रिपोर्ट वगैरे लिहिणे यास, जरूर इतका भाषाविषयी व्याकरणासह.

(५) कोल्हापूरचे राज्याचा इतिहास, भूगोल व राज्यव्यवस्थेची माहिती, येणेप्रमाणे विषय शिकविण्यात येतील व ते शिकवून पुरे झाले म्हणजे दरसाल उमेदवारांची परीक्षा –

(१) रा. सा. एज्युकेशन इन्स्पेक्टर

(२) प्रोफेसर ऑफ सायन्स, राजाराम कॉलेज.

(३) रा. ब. सरसुभे हे नेमतील तो मुलकी कामगार.

येणेप्रमाणे कमिटीकडून घेऊन दाखले देण्यात येतील.

याप्रमाणे परीक्षेत पास होणाऱ्या इसमास यापुढे पाटीलकीचे कामावर रुजू करून घेण्यात येईल. मात्र या संबंधीने पुढील नियम ठरविण्यात आले आहेत : (पुढे तपशील आहे - संपादक)

येणेप्रमाणे नियम सरसहा सर्व इलाख्यात लागू करण्याची हुजूर आज्ञा झाली आहे. तरी या संस्थेत येऊ इच्छिणाऱ्यांनी जरूर खाली सही करणार यांजकडे अर्ज करावे.

तारीख १६ एप्रिल १९१२ साली.

A.B. LATTHE

एज्युकेशनल इन्स्पेक्टर, कोल्हापूर.

(करवीर सरकारचे गॅझेट, भा. १, ता. २० एप्रिल १९१२)

**

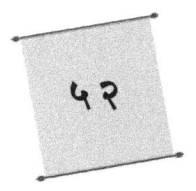

५२

कोल्हापूर संस्थानचे 'चीफ जज्ज' रावब. गोखले यांना त्यांच्या जागेवर कायम नेमणूक केल्याचा शाहू महाराजांचा हुकूम.

नेमणुका

तारीख ७ मे १९१२ इ.

रावबहादूर विश्वनाथ बल्लाळ गोखले यांस तारीख १ माहे मे सन १९१२ इसवीपासून चीफ जज्जाचे जागेवर कायम नेमलेबद्दल हुजुरून ज्यु. ठराव नंबर २२० चा होऊन दि. जावक नंबर ३९, इसवीचे आज्ञेत आले आहे.

R.V. SABNIS

दिवाण सरकार करवीर

(करवीर सरकारचे गॅझेट, भा. १, ता. ११ मे १९१२)

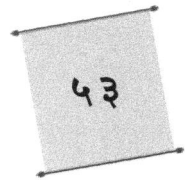

**

५३

त्या काळचे प्रसिद्ध कायदेपंडित व सामाजिक कार्यकर्ते बॅ. जयकर यांना कोल्हापूर संस्थानात वकिली करण्यास संमती देणारा शाहू महाराजांचा हुकूम.

न्याय खाते

तारीख : ८ जुलै, १९१२ इ.

मि. मुकुंद रामराव जयकर, बॅरिस्टर, मुंबई यांस करवीर इलाख्यातील सर्व कोर्टाची सनद दिलेबद्दल हुजुरून ज्यु. ठराव नंबर २९५, तारीख ४ माहे जुलै सन १९१२ चा होऊन दि. जा. नंबर ५८, तारीख ४ माहे जुलै सन १९१२ चे शेऱ्याने इकडे आज्ञेत आले आहे.

V. B. GOKHALE

सरन्यायाधीश

(करवीर सरकारचे गॅझेट, भा. १, ता. १३ जुलै, १९१२)

**

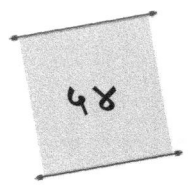

दरबारातील अधिकाऱ्यांना शिस्त लावणारा शाहू महाराजांचा एक हुकूम.

मुलकी खाते

तारीखः १५ जुलै, १९१२ इ.

हुजूर सरकारचा ठराव नंबर १०७ चा होऊन मुलकी आवक नंबर १७९, तारीख १२ माहे जुलै सन १९१२ इसवीची आज्ञा झाल्यावरून हुकूम देण्यात येतो की –

यापुढे सरकारी अतीजरुरीचे प्रसंगाखेरीज कोणीही अंमलदाराने हुजूरची समक्ष आज्ञा घेऊ नये, अशी हुजूरची आज्ञा झाली आहे. त्याप्रमाणे तजवीज राहावी.

गोपाळ चिंतामण,

R.R.SHIRGAVKAR

चिटणीस सरसुभे

(करवीर सरकारचे गॅझेट, भा. १, ता. २० जुलै, १९१२)

**

५५

'दिल्ली दरबार मेमोरियल पाटील स्कूल'मध्ये येणाऱ्या विद्यार्थ्यास एक वर्षपर्यंत फीमाफी केल्याचा शाहू महाराजांचा हुकूम.

जाहीर नोटीस

तारीख : ५ माहे सप्टेंबर, १९१२

करवीर इलाख्यातील सर्व पाटील वर्गाचे लोकांस कळविण्यात येते की, कोल्हापूर येथे दिल्ली दरबार मेमोरियल पाटील क्लास हुजूर सरकारचे आज्ञेअन्वये तारीख १५ मे, १९१२ पासून सुरू झाला आहे. त्या क्लासमध्ये येणाऱ्या विद्यार्थी लोकांस एक वर्षपर्यंत फी न घेता फुकट शिक्षण देण्याविषयी हुजूर सरकारचा ठराव

नंबर १६८, तारीख २३ जुलई, १९१२ चा झाल्यालगत मे. रावबहादूर दिवाण साहेब सरकार करवीर यांजकडील शाळा आ. नं. ३३०, तारीख ३ माहे ऑगस्ट सन १९१२ चा हुकूम झाला आहे.

A. B. LATTHE

ए. इन्स्पेक्टर, कोल्हापूर

(करवीर सरकारचे गॅझेट, भा. १, ता. २१ स., १९१२)

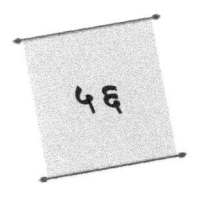

**

५६

'दिल्ली दरबार मेमोरियल स्कूल'च्या पहिल्या वर्षीच्या परीक्षेत उत्तीर्ण झालेल्या पाटलांची यादी. यामध्ये एक पाटील मुसलमान तर एक पाटील ब्राह्मण आहे.

शाळा खाते

दिल्ली दरबार मेमोरियल पाटील स्कूलची सन १९१२ ची वार्षिक परीक्षा झाली तीत खालील इसम पास झाले ते –

नंबर	नाव	राहण्याचे ठिकाण
१.	महमद मोहदिन पाटील	मिणचे, पेटा अळते.
२.	सखाराम बाबाजी नाळे पाटील	सांगरूळ, पेटा करवीर
३.	भीमगोंडा अण्णा पाटील	यळगूड, पेटा अळते
४.	विठू अप्पाजी पाटील	बाळेघोल, पेटा भुधरगड
५.	कृष्णाजी गणपतराव पाटील	घुणकी, पेटा अळते
६.	महादेव अप्पाजी कुलकर्णी	कडलगे, पेटा गडइंग्लज
७.	तुकाराम पाटलू पाटील	बस्तवडे, जहागीर कागल.
८.	भाऊ केदारी पाटील	ठाणे, पेटा पन्हाळा
९.	ज्ञानू लक्ष्मण पाटील	भुये, पेटा करवीर

येणेप्रमाणे असे.

A. B. LATTHE

ए. इन्स्पेक्टर, कोल्हापूर

(करवीर सरकारचे गॅझेट, भा. १, ता. २३ नोव्हेंबर, १९१२)

**

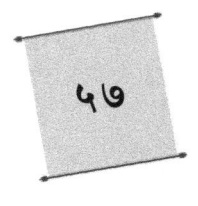

५७

कोल्हापूर संस्थानातील सरकारी जाहिराती 'विद्यविलास' या वृत्तपत्रास पूर्वीप्रमाणे प्रसिद्धीसाठी दिल्या जाव्यात म्हणून हुकूम. विद्याविलास हे ब्राह्मणी विचारसरणीचे पत्र होते, तरीही त्याबाबत दरबारने पक्षपात केलेला नव्हता.

तारीख : २६ नोव्हेंबर, १९१२ इ.

जा. नं. १५ - सरकारी कामासंबंधी जाहिराती प्रसिद्ध करणे झाल्यास त्या कोणत्या वर्तमानपत्रांत प्रसिद्ध कराव्यात, अशाबद्दल इकडून हुजुरास हकिकत श्रुत करण्यात येऊन हुजुरून आज्ञेत आल्याप्रमाणे वर्तमानपत्रांची नावे करवीर सरकारचे ग्याझिट भाग १ पान १४, तारीख २१ माहे जानेवारी, सन १९११ इसवी यावर प्रसिद्ध केली आहेत. त्या वेळी कोल्हापूर येथे विद्याविलास पत्र बंद असल्याने, नाव दाखल करण्यात आले नव्हते. सदरहू पत्र माहे सप्टेंबर १९१२ महिन्यात सुरू झाल्याने, या पत्रात पूर्वी सरकारी जाहिराती देण्यात येत असत त्याप्रमाणे आताही प्रसिद्धीकरिता देण्यास हरकत नाही. तशी तजवीज राहावी.

P. B. BHOSLE — **R. V. SABNIS**
चिटणीस — दिवाण सरकार करवीर.

(करवीर सरकारचे गॅझेट, भा. १, ता. ३० नोव्हें., १९१२)

**

५८

शाहू महाराजांच्या खास विश्वासातील दरबारचे अधिकारी, राजाराम कॉलेजमधील प्रोफेसर आणि सत्यशोधक कार्यकर्ते महादेव गणेश डोंगरे यांना ब्रिटिश सरकारातून 'रावबहादूर' ही सन्मानदर्शक पदवी देण्यात आली. या संदर्भातील हा हुकूम.

तारीख : २१ फेबुवारी, १९१३ इसवी

जा. नंबर २५ - प्रोफेसर महादेव गणेश डोंगरे, राजाराम कॉलेज यांस 'रावबहादूर' ही बहुमानाची पदवी ब्रिटिश सरकारातून नुकतीच अर्पण करण्यात आली असल्याने, त्यास अनुसरून त्याशी होणारे पत्रव्यवहारात व त्यांचेसंबंधाने उल्लेख करण्यात लिहित जाणेविषयी आज्ञेत आले म्हणजे त्याप्रमाणे तजवीज राहणेबद्दल इलाख्यांतील सर्व ऑफिसरांकडे कळविण्यात येईल, म्हणून इकडून हुजुरांस हु. जा. नंबर १३१, तारीख १२ माहे जानेवारी सन १९१३ इसवीचा रिपोर्ट केल्यालगत हुजुरून ठराव नंबर ६५८, लगत कि. आ. नंबर १४२०, तारीख ५ माहे फेब्रुवारी सन १९१३ इसवीचे आपले अभिप्रायाप्रमाणे होण्याचे मंजूर केले आहे म्हणून आज्ञेत आले आहे.

P. B. BHOSLE
चिटणीस

R.V. SABNIS
दिवाण सरकार करवीर.

(करवीर सरकारचे गॅझेट, भा. १, ता. १ मार्च, १९१३)

**

५९

शाहूकाली 'व्हरनॅक्युलर फायनल' परीक्षा पास झालेला सुशिक्षित समजला जात होता. व्ह. फा. पास झालेल्यांना प्राथमिक शाळेत शिक्षक म्हणून नेमले जाई. शाहू महाराजांनी राज्याधिकार मिळाल्या-नंतर प्राथमिक शिक्षणाच्या प्रसाराकडे विशेष लक्ष द्यायला सुरुवात केली होती. त्याचे दृश्य फल कालांतराने १९१२ च्या व्ह. फा. परीक्षा पास झालेल्या विद्यार्थ्यांच्या यादीवरून लक्षात येते. या यादीमध्ये वरिष्ठ वर्गातील विद्यार्थ्यांबरोबर मराठे, जैन, लिंगायत, मुस्लिम, अस्पृश्यादी मागासवर्गीय विद्यार्थ्यांची नावेही झळकताना दिसतात. त्या काळी शाहू महाराजांच्या पुरोगामी धोरणाच्या अंमलबजावणीने बहुजन समाज हळूहळू कसा जागृत होत होता हे दाखवून देणारा, सामाजिक इतिहासाच्या दृष्टीने महत्त्वाचा ठरणारा हा एक दस्तऐवज आहे.

एज्युकेशनल इन्स्पेक्टर व मुलकी परीक्षेच्या कमेटीचे प्रेसिडेंट इलाखा करवीर यांजकडून सन १९१२ मध्ये सप्टेंबर महिन्यात कोल्हापूर येथे व्हरनॅक्युलर फायनल

परीक्षा झाली, त्यात पास झालेल्यांची गुणानुक्रमवार यादी खालीलप्रमाणे आहे :

१. नरहर शंकर लोवलेकर
२. वामन गोविंदराव तोडमल
३. गोपाळ अनंतराव राणे
४. दादा तुकाराम रांगोळे
५. ज्ञागू गणू निकम
६. कृष्णाजी शिवराम तारळेकर
७. अनंत गणेश शिखरे
८. कृष्णाजी बळवंत नानिवडेकर
९. नाइकबा बयाजी पवार
१०. शंकर पांडुरंग सावंत
११. हरी गोपाळ पळसुले
१२. श्रीपाद विष्णू पाध्ये
१३. बापू तुकाराम पोवार
१४. रामचंद्र वामन सबनीस
१५. गोविंद अनंत पाध्ये
१६. विनायक विठ्ठल खाडिलकर
१७. केशव राजाराम चिटणीस
१८. ईश्वराप्पा चन्नाप्पा कोले
१९. ईश्वराच्या निजाप्पा मडलगी
२०. नारायण वासुदेव दोडवाडकर
२१. गणेश रामचंद्र खांडेकर ऊर्फ पनाळकर
२२. सिदाप्पा बसाप्पा आवटी
२३. मल्लाप्पा विराप्पा खन्ना
२४. भुजंगा तवनाप्पा मुधाळे
२५. दत्तात्रय रामचंद्र आळतेकर
२६. यशवंत नाना जाधव
२७. शंकर काळोबा गुरव
२८. रामचंद्र सीताराम परुळकर
२९. यशवंत नाना जाधव
३०. रामकृष्ण आपाजी कुलकर्णी
३१. गणेश पांडुरंग कानिटकर
३२. वासुदेव भाऊचार्य पंडित
३३. कृष्णा अमृता पाटील
३४. कृष्णाजी केशव बक्षी
३५. केशव गोपाळ जोशी
३६. गंगाधर सीताराम देवधर
३७. वासुदेव भास्कर लेले
३८. शिवराम गोविंद जाधव
३९. दत्तात्रेय गोविंद कुलकर्णी
४०. शंकर विष्णू जोशी, तारदाळकर
४१. गणू जिवबा भाट
४२. रामचंद्र नारायण सातूसकर
४३. हरी कोंडिबा गायकवाड
४४. दत्तू अप्पा माने
४५. पांडुरंग व्यंकटेश कुबेर
४६. अवधूत दत्तात्रेय कुलकर्णी
४७. दादू भागोजी करंबे
४८. माधव हरी जोशी
४९. रामचंद्र भगवंत देशपांडे
५०. लक्ष्मण अनंत मोकाशी
५१. कृष्णाजी दादा बराले
५२. दत्तात्रय विष्णू जावडेकर
५३. गणेश चिंतामण दामले
५४. नरहर सीताराम देशपांडे
५५. वासुदेव रघुनाथ काशीकर
५६. रघुनाथ गणेश जोशी
५७. ईश्वरय्या गिरमल्लय्या हिरेमठ,ऐनापूर
५८. केशव कृष्ण सोनी
५९. शंकर तुकाराम यादव

६०. अमृता गणू भोसले
६१. भिकाजी विष्णू कानिटकर
६२. आत्माराम नरसिंह कुलकर्णी
६३. शंकर धुळू संकपाळ
६४. सदाशिव यशवंत घाटगे
६५. अनंत कृष्ण सबनीस
६६. अबदुल कादरआबास मुल्ला
६७. नारायण सोनू विचारे
६८. पांडुरंग बापूजी लिमये
६९. विराप्पा रुद्राप्पा कराळी
७०. आत्माराम धोंडजी पाटील
७१. शंकर गंगाराम घाटगे
७२. कृष्णा भिवा जाधव
७३. गणेश नारायण कुलकर्णी
७४. दत्तात्रय गोपाळ सोनार
७५. महादेव महेश्वर कोलवालकर
७६. गणपती गोविंद शिंदे
७७. श्रीपाद विष्णू खाडिलकर
७८. नारायण किसनसिंग रजपूत
७९. नारायण रामचंद्र पाटील
८०. नारायण विष्णू कुलकर्णी
८१. विनायक दत्तात्रय नाटोलीकर
८२. अंबादास दामोदर फडके
८३. दत्तात्रय हरी कुलकर्णी
८४. दादू सखाराम पाटील
८५. दत्तात्रय रघुनाथ फडके
८६. दादासाहेब हिंदुराव घोरपडे
८७. सीताराम आत्माराम हरचिरीकर
८८. गणू रामा चवाण
८९. दत्तात्रय काशिनाथ लेले
९०. भीमसिंग रामसिंग रजपूत
९१. कृष्णा गणू भोसले
९२. कृष्णा यशवंत पोवार
९३. दत्तात्रय बळवंत सुरंगे
९४. नारायण विनायक भिलवडीकर
९५. पारिसा यशवंत आळतेकर
९६. महादेव मल्हार जोशी
९७. शिवयोगी शिवलिंगाप्पा घाळी
९८. गोविंद मोरेश्वर मेहेंदळे
९९. बाबू अप्पा टिकले
१००. भीमराव सुबराव देसाई
१०१. शंकर महादू पोवार
१०२. अल्लापा दैवंता माणगावे
१०३. गोविंद बाबाजी शेतवाळ
१०४. रामचंद्र भाऊ कांबळे
१०५. शिवराम हरी कुलकर्णी
१०६. दत्तात्रेय भीमाजी देशपांडे
१०७. बसाप्पा चनमल्लापा पट्टणशेटी
१०८. महमद बाबाजी भालदार
१०९. रघुनाथ गोपाळ साखरे
११०. इब्राहिम महमद फरास
१११. जिनू शांता चौगुले
११२. बाळा विठू पाटील
११३. लक्ष्मण सीताराम झारी
११४. लक्ष्मण सीताराम वझे
११५. रामगौडा बाळगौडा पाटील
११६. जयराम भीमाजी पाटील
११७. बाळकृष्ण विनायक प्रभुदेसाई
११८. सखाराम बाळकृष्ण सोनाळीकर
११९. नेमाण्णा गुंडाप्पा चौगुला
१२०. बनू मुकुंदा वेल्हाळ
१२१. नारायण हरी मोरे
१२२. बापू कृष्णाजी मंडलिक
१२३. बंडो बाळाजी कुलकर्णी

१२४. रामचंद्र गोविंद बोरगावकर
१२५. गणेश वामन दुमाले
१२६. गोपाळराव मल्हारराव जगदाळे
१२७. दामोदर गणेश पारगावकर
१२८. गोविंद वासुदेव कुलकर्णी
१२९. नारायण दत्तोबा देसाई
१३०. मारुती तुकाराम कुइगडे
१३१. पांडुरंग श्रीपाद कुलकर्णी
१३२. श्रीपाद गणेश कुलकर्णी
१३३. दादू आबा पाटील
१३४. पारिसा भुजाप्पा कोले
१३५. भाऊ दौलता मंडलीक

येणेप्रमाणे असे तारीख ३ मार्च १९१३

A. B. LATTHE
ए. इ. व मुलकी परीक्षेच्या कमेटीचे
प्रेसिडेंट, कोल्हापूर
(करवीर सरकारचे गॅझेट, भा. १, ता. ८ मार्च, १९१३)

**

६०

'संस्थानातील हुशार मुलींना शिक्षणात प्रोत्साहन मिळावे, या उद्देशाने शाहू महाराजांनी राजकन्या राधाबाई ऊर्फ अक्कासाहेब महाराज व भावनगरच्या महाराणी नंदकुंवर यांच्या नावांनी शिष्यवृत्त्या जाहीर केल्या होत्या. या शिष्यवृत्त्यांविषयाची शाळा खात्याने तयार केलेली नियमावली.

श्रीराधाबाई आक्कासाहेब महाराज स्कॉलरशिप व श्रीनंदकुवर महाराणी भावनगर स्कॉलरशिपसंबंधाने नियम.

(१) प्रत्येक स्कॉलरशिप दरसाल ४० रुपयांची असून, ती एक वर्षपर्यंत चालू राहील व ती पुढील नियमाअन्वये देण्यात येईल.

(२) कोल्हापूर शहर व बावडा-इन्फंट्री यांतील शाळांतील मुलींच्या मराठी

चवथ्या इयत्तेची वार्षिक परीक्षा घेतल्या वेळी तीत सर्वांत वर येणाऱ्या दोन मुलींना पहिल्या नावाच्या दोन स्कॉलरशिपा देण्यात येतील. सदरहू सर्व मुलींची परीक्षा एज्युकेशनल इन्स्पेक्टर यांचेकडून एकाच वेळी एकत्र घेऊन नंबर लाविले जातील व स्कॉलरशिपांचा निकाल लावण्यात येईल.

(३) बावडा इन्फंट्री व कोल्हापूर शहरखेरीज करून कोल्हापूर इलाख्याच्या मुलींच्या वार्षिक परीक्षात एज्युकेशनल इन्स्पेक्टर यांच्या मते, ज्या तीन मुली सर्वांत अधिक योग्य आढळतील, त्यांस दुसऱ्या नावाच्या तीन स्कॉलरशिपा देण्यात येतील; परंतु यांपैकी स्कॉलरशिपांस लायक विद्यार्थिनी एखादे वर्षी आढळल्या नाही, तर त्या शहर व इन्फन्ट्रीतील परीक्षेत पहिल्या स्कॉलरशिपा मिळविणाऱ्यांच्या खालच्या मुलींना देण्यास हरकत नाही.

(४) कोणत्याही मुलीस यापैकी दोन स्कॉलरशिपा देण्यात येणार नाहीत.

(५) स्कॉलर असणाऱ्या विद्यार्थिनीने स्कॉलरशिप घेण्याच्या मुदतीत कोल्हापूर इलाख्यातील कोणत्या तरी शाळेत अभ्यास करीत असले पाहिजे. यात हयगय किंवा अनियमितपणा झाला किंवा अशाच काही कारणांमुळे स्कॉलरशिप चालू ठेवणे अयोग्य दिसले, तर ती एज्युकेशनल इन्स्पेक्टरकडून बंद करण्यात येईल.

(६) नियम ५ प्रमाणे स्कॉलरशिप बंद केली असता ती या नियमावलीप्रमाणे लायक असलेल्या खालच्या विद्यार्थिनीस राहिल्या मुदतीत देण्यात येईल.

(७) स्कॉलरशिपची रक्कम दर तिमाहीस देण्यात येईल.

(८) स्कॉलरशिपची सुरुवात नोव्हेंबरमध्ये होऊन ती पुढच्या वर्षाच्या ऑक्टोबर अखेरपर्यंत चालू राहील.

(९) या स्कॉलरशिपांखेरीज ४० रुपये किमतीचे बक्षीस एक श्री. सौ. राधाबाई अक्कासाहेब महाराज यांच्या नावाने दरसाल उत्तम वर्तनाबद्दल लेडी सुपरिंटेंडंट अहल्याबाई गर्ल स्कूल यांनी एज्युकेशनल इन्स्पेक्टर यांच्या संमतीने निवडलेल्या मुलीस देण्यात येईल.

(१०) हे बक्षीस मिळविणाऱ्या मुलींच्या सल्ल्याने लेडी सुपरिंटेंडंट हे बक्षीस कोणत्या रूपाने द्यावयाचे, हे ज्या त्या वर्षी ठरवितील.

तारीख ३ मार्च १९१३ इ.

A. B. LATTHE,

ए. इन्स्पेक्टर.

(करवीर सरकारचे गॅझेट, भा. १, ता. ५ एप्रिल, १९१३)

**

६१

ब्रिटीश मुलखातील १९१२ चा सहकारी कायदा आपल्या संस्थानात अमलात आणणारा शाहू महाराजांचा हुकूम.

NOTIFICATION

Legislative Department

Kolhapur 28th May 1913

No. 6 - In supersession of Notification No. 4, dated 4th July 1912, published at Page 155, Part I of the Kolhapur State Gazette dated 13th July 1912, in so far as it relates to the Kolhapur State, Proper, His Highness the Chhatrapati Maharaja Saheb has been pleased to sanction the introduction, mutatis, mutandis, into the State Proper, of Act II of 1912 (The Cooperative Societies Act, 1912) together with rules and orders already passed to be hereafter passed there under, from the 1st June 1913.

By order of His Highness the Chhatrapati Maharaja Saheb of Kolhapur.

R.V. SABNIS

Diwan of Kolhapur

(करवीर सरकारचे गॅझेट, भा. १, ता. ३१ मे, १९१३)

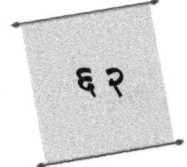

**

६२

१९१२ चा सहकारी कायदा कोल्हापूर संस्थानातील जहागिऱ्यांनाही लागू करणारा शाहू महाराजांचा हुकूम. त्यासाठी रेसिडेंटची आवश्यक ती संमती घेतल्याचे हुकमात नमूद केले आहे.

NOTIFICATION
LEGISLATIVE DEPARTMENT
Kolhapur 18th July 1913

No. 7 - In Supersession of Notification No. 4, dated 4th July 1912, (published at Page 155, Part I of the Kolhapur State Gazette dated 13th idem) in so far as it relates to the Feudatory Jahagirs under Kolhapur, and in reference to Notification No. 6, in the Legislative Department published at Page 125, Part I of the Kolhapur State Gazette, dated 31st May 1913, His Highness the Chhatrapati Maharaja Saheb, with the consent of the Resident, Kolhapur and Political Agent, S.M.C. States, has been pleased to extend the application, Mutatis-Mutandis, of Act II of 1912 (The Cooperative Societies Act, 1912) together with all the rules passed there-under, to the said Feudatory Jahagirs from the date of this notification.

By order of His Highness the Chhatrapati Maharaja Saheb of Kolhapur.

R. R. SHIRGAVKAR
Inch. Diwan of Kolhapur .

(करवीर सरकारचे गॅझेट, भा. १, ता. १९ जुलै, १९१३)

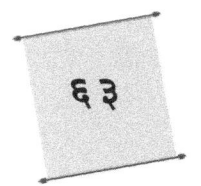

**

६३

दत्तो बाबाजी करजगार यांना लोखंडी चरक व मोटयंत्र उत्पादित करणारी फाउंड्री काढण्यास परवानगी देणारा शाहू महाराजांचा हुकूम. पुढे कोल्हापुरात जे 'उद्यमनगर' उदयास आले, त्याचा पाया शाहूकालीन अशा प्रारंभीच्या कारखान्यांनी घातला.

तारीख : २६ ऑगस्ट, १९१३ इ.

जा. नं. १२ - दत्तो बाबाजी करजगार, लोहार मास्तर नि. टेक्निकल स्कूल

कोल्हापूर, यांनी कोल्हापूर मुक्कामी फाउंड्री काढून त्यामध्ये ऊस गाळण्याचे लोखंडी चरक एक बैलावर दोन मोटा लावून चालविण्याची यंत्रे तयार करण्याची आहेत, व त्याजबद्दल कारखाना काढण्याचा तो माझ्यावाचून करवीर इलाख्यात वीस वर्षांपर्यंत काढू नये, अशी परवानगी मिळावी म्हणून अर्ज केलेवरून काम चालून अखेर हुजुरून फक्त १० दहा वर्षांचे मुदती पावेतो परवानगी (Monoply) द्यावी म्हणून ठराव नंबर १०३ लगत कि. आ. नंबर ३१७ तारीख ३१ माहे जुलई १९१३ चे, आज्ञेत आले आहे.

G. R. SHRIKHANDE	**R.R. SHIRGAVKAR**
असिस्टंट दिवाण	इ. दिवाण, सरकार करवीर

(करवीर सरकारचे गॅझेट भा. १, ता. ३० ऑगस्ट, १९१३)

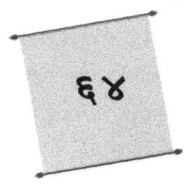

**

६४

संस्थानातील, यात्रा व महोत्सव आदी प्रसंगांचा उपयोग लोकशिक्षणासाठी व्हावा, त्यातून आपली रयत शहाणी व्हावी, अशा उद्देशाने शाहू महाराजांनी 'महालक्ष्मी रथोत्सव' व 'जोतिबा यात्रा' या निमित्ताने शेतकी व यांत्रिकी प्रदर्शने भरवायची ठरविले आणि त्यांची जबाबदारी आपले बंधू बापूसाहेब महाराज व राजाराम कॉलेजचे प्रिन्सिपॉल डार्बी यांच्यावर सोपवली. प्रदर्शनांबरोबर साठमारी व कुस्त्यांची मैदानेही होणार होती. करमणुकीबरोबर समाजप्रबोधनही व्हावे, हा त्यामागे हेतू होता. या संदर्भात महाराजांनी काढलेले हे दोन जाहीरनामे.

कोल्हापूर येथील यांत्रिक व शेतकीचे प्रदर्शन

तारीख : ६ सप्टेंबर १९१३ इ.

चैत्र शुद्ध १५ चे सुमारास कोल्हापूर शहरात श्री करवीरनिवासिनीचा रथोत्साह व श्री केदारलिंग, वाडी रत्नागिरी, येथील यात्रा यासंबंधाने निरनिराळे प्रांतांतून हजारो लोक जमतात. सबब त्या वेळी पूर्वी चिंचली येथे श्रीमायाक्काचे यात्रेचे वेळी शेतकीचे प्रदर्शन ज्याप्रमाणे होत होते त्याप्रमाणे येथेही प्रदर्शने वगैरे करून लोकशिक्षणास मदत व्हावी व त्याबरोबरच लोकांस करमणुकीचे साधन व्हावे, या

हेतूने खाली लिहिल्याप्रमाणे तजवीज करण्याचे हुजुरून कि. जा. नंबर ६९, तारीख १४ माहे ऑगस्ट सन १९१३ चे आज्ञेत आले आहे.

(१) शेतकी व त्यासंबंधाने हरएक जिन्नस, नांगर वगैरे औते, शेतकीची जनावरे आणि घोडे, म्हशी, गाई, कुत्री व लढाऊ बकरी यांचे प्रदर्शन.

(२) राजाराम कॉलेजात पूर्वी करीत असत त्याप्रमाणे प्रदर्शन.

(३) पहिल्या प्रदर्शनासंबंधी व्यवस्था व कमेटीचे प्रेसिडेंट मे. पिराजीराव बापूसाहेब घाटगे सर्जेराव वजारात माआब चीफ आफ कागल सिनीयर, सी. एस. आय. सी. आय. ई. यास नेमून त्यांचे दिमतीस मे. नानासाहेब मुळीक यांस एक सेक्रेटरी नेमिले आहे. दुसरे प्रदर्शनाची व्यवस्था मे. डार्बी साहेब, प्रिन्सिपॉल राजाराम कॉलेज, याजकडून होण्याची आहे.

(४) दोन्ही प्रदर्शनाची वेळ चैत्र शुद्ध १४ पासून एकंदर ६ दिवस ठरविण्यात आली आहे.

(५) दोन्ही प्रदर्शनास टिकिटे लावण्याची असून, टिकिटांचे उत्पन्न त्या त्या प्रदर्शनाचे कामाकडेच खर्च करण्याचे आहे, शिवाय सरकारांतूनही ४,५०० रुपये मदती दाखल देण्याचे ठरविले आहे.

(६) शेतकी प्रदर्शन वगैरेकरिता जागा रावणेश्वरापासून पेटाळ्यापर्यंतची सर्व सरकारी जागा आणि शास्त्रीय प्रदर्शनास हायस्कूलची इमारत व मागील मोकळी जागा.

(७) प्रदर्शनाची सर्वसाधारण व्यवस्था व बक्षिसे या संबंधाने तपशीलवार जाहीरनामा मागाहून प्रसिद्ध होईल.

(८) सदरहू प्रदर्शनाचे मुदतीत साठमारी, कुस्त्या वगैरेही होतील.

हुजूरआज्ञेवरून

G. R. SHRIKHANDE — **R. R. SHIRGAVKAR**

असिस्टंट दिवाण — इ. दिवाण, सरकार करवीर

(करवीर सरकारचे गॅझेट, भा. १, ता. १३ सप्टें., १९१३)

तारीख : ६ सप्टेंबर १९१३ इसवी

जा. नं. १५ - पुढचे वर्षापासून श्रीआंबाबाईचे रथोत्सवाचे दुसरे दिवशी (चैत्र वद्य १) हजरत बाबूजीमालाचा उरूस व तिसरे दिवशी (चैत्र वद्य २) घोडंपिराचा उरूस करण्यात येणार असून, यांत्रिक व शेतकीचे प्रदर्शन कोल्हापुरास चैत्र शुद्ध १४ पासून भरविण्यात येणार असल्याने, दरसाल सदरचे तिन्ही दिवशी (चैत्र शुद्ध १४ ते चैत्र वद्य १/२) सर्व कचेऱ्यांस व शाळांस सुटी देण्याबद्दल हुजुरून कि. जा.

नंबर ७०, तारीख १४ माहे ऑगस्ट सन १९१३ इसवीचे आज्ञेत आले आहे, त्याप्रमाणे तजविजीत यावयाचे.

हुजूर आज्ञेवरून,

G. R. SHRIKHANDE — **R.R. SHIRGAVKAR**

असिस्टंट दिवाण. — इ. दिवाण सरकार करवीर

(करवीर सरकारचे गॅझेट, भा. १, ता. १३ सप्टेंबर, १९१३)

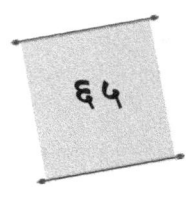

**

६५

छत्रपती महाराज अथवा संस्थानातील अधिकारी यांच्याकडे करावयाचा अर्ज मोडीऐवजी सुवाच्य बालबोध (देवनागरी) लिपीत असावा, म्हणून शाहू महाराजांचा हुकूम.

तारीख : २७ नोव्हेंबर १९१३ इ.

जा. नं. २५ - करवीर इलाख्यात अर्जदार लोक श्रीमन्महाराज छत्रपति साहेब सरकार करवीर यांचे हुजुरास व दरबारचे अंमलदारांकडे अर्ज करितात ते बहुधा मोडी लिपीत असून, वाचण्यास दुर्बोध असतात. सबब अर्जातील आशय स्पष्टपणे लवकर कळावा म्हणून हुजूर सरकारकडे अगर कोणाही सरकारी अंमलदाराकडे अर्ज करण्याचा झाल्यास तो बालबोध लिपीत सुवाच्य लिहिलेला असावा, अशाबद्दल हुजूर सरकारचा ठराव नंबर २९७ चा होऊन कि. जा. नंबर ७१४, तारीख ३१ माहे ऑक्टोबर सन १९१३ इसवीचे इकडे आज्ञेत आले आहे. त्यास अनुसरून सर्व लोकांस जाहीर करण्यात येते की, हुजुरास अगर कोणतेही सरकारी अंमलदाराकडे अर्ज करण्याचे ते सुवाच्य बालबोध लिपीतच असले पाहिजेत. अर्ज तसा नसल्यास तो हाती धरण्यात येणार नाही. या नियमाचा अंमल तारीख १ माहे जानेवारी सन १९१४ इसवीपासून होण्याचा आहे.

G. R. SHRIKHANDE — **R.V. SABNIS**

अ. दिवाण — दिवाण सरकार करवीर

(करवीर सरकारचे गॅझेट, भा. १, ता. ६ मार्च, १९१३)

**

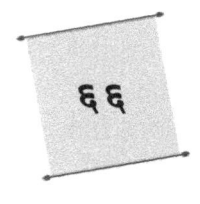

६६

इचलकरंजीचे जहागीरदार नारायणराव घोरपडे यांना शाहू महाराजांनी कृपाळू होऊन 'पंतसचिव' असा किताब बहाल केला, त्याविषयीचा हुकूम.

जाहीरनामा नं. ३६

मेहेरबान नारायणराव गोविंदराव घोरपडे जहागीरदार इचलकरंजी यांनी हुजूरसंनिध विनंती केल्यावरून त्यांची राजनिष्ठा व योग्यता खरे ध्यानी आणून कृपाळू होऊन आज तारखेपासून त्यांस 'पंतसचिव' असा किताब वंशपरंपरेने देण्यात आला आहे, म्हणून हुजूरची आज्ञा, ठराव नं. ८६५ चा होऊन कि. जा. नं. २५३, तारीख २ माहे एप्रिल सन १९१४ ची झाली आहे.

हुजूर आज्ञेवरून

R. R. SHIRGAVKAR

इ. दिवाण, सरकार करवीर

(करवीर सरकारचे गॅझेट, भा. १, ता. ४ एप्रिल, १९१४)

**

६७

१४ फेब्रु. १११४ रोजी कोल्हापुरातील काही कारस्थानी व्यक्तींनी बादशहा सातवा एडवर्ड व महाराणी अलेक्झांड्रा यांच्या पुतळ्यांना डांबर फासले. त्यामुळे महाराष्ट्रात मोठी खळबळ माजली. खुद्द शाहू महाराज व सत्यशोधक चळवळीतील कार्यकर्ते अडचणीत आले. अशा या 'डांबर प्रकरणा'तील अपराध्यांना पकडून देणाऱ्यास ५००० रुपयांचे बक्षीस जाहीर करणारा महाराजांचा जाहीरनामा.

जाहीरनामा

तारीख : ३० मे १९१४ इ.

नंबर ४४ - सर्व लोकांस कळावयाकरिता प्रसिद्ध करण्यात येते की, येथे

हिंदुस्थानचे माजी बादशहा सातवे एडवर्ड साहेब व महाराणी अलेक्झांड्रा यांचे पुतळे बसविण्यात आलेले आहेत. त्यांस थोड्या दिवसाखाली कोणी डांबर फासले आहे. करिता त्या अपराध्यास जो कोणी पकडून देईल किंवा त्याचा बरोबर शोध लावून देईल, त्यास पाच हजार ५००० रुपये बक्षीस देण्यात यावे, अशी श्री महाराज छत्रपति साहेब सरकार करवीर यांची आज्ञा झाली आहे.

हुजूर आज्ञेवरून
R.V. SABNIS
दिवाण, सरकार करवीर

(करवीर सरकारचे गॅझेट, भा. १, ता. ३० मे, १९१४)

**

६८

दत्तो बाबाजी करजगार हे कोल्हापुरातील शाहूकालीन पहिले प्रयोगशील उद्योजक होते. त्यांनी १९१५ मध्ये आपल्या कल्पकतेने भाताचे पोहे तयार करणारे यंत्र तयार केले. शाहू महाराजांनी त्यांचे कौतुक करून फी न घेता १४ वर्षांसाठी त्या यंत्राचे पेटंट बहाल केले.

तारीख : ११ मे, १९१५ इ.

जा. नं. ५१. - अर्जदार दत्तो बाबाजी करजगार, राहणार कोल्हापूर याने रोलरने भाताचे पोहे करण्याचे यंत्र नवीन तयार केले आहे, त्याबद्दल पेटंट मिळण्याबद्दल अर्ज केल्यावरून अर्जदार हा इकडील रहिवाशी असल्याने त्यास फी न घेता १४ वर्षांचे पेटंट द्यावे, मुदत वाढविणे झाल्यास फीबद्दल विचार व्हावा म्हणून इकडून झालेली शिफारस हुजुरून ठराव नंबर ५८७, कि. आवक नंबर ९९६, तारीख २१ माहे नोव्हेंबर सन १९१४ चे हुकुमाने मंजूर झाली आहे. यंत्राचे चित्र त्याने इकडे दिले आहे, त्या नमुन्याचे यंत्र सदरहू मुदतीत कोणी करण्याचे नाही. ते सर्वांस कळावयाकरिता प्रसिद्ध करण्यात आले आहे..

R. R. SHIRGAVKAR
अ. दिवाण, सरकार करवीर

(करवीर सरकारचे गॅझेट, भा. १, ता. १५ मे, १९१५)

**

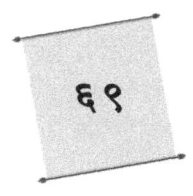

६९

१९१२ साली युवराज राजाराम महाराज व युवराज शिवाजी महाराज इंग्लंडला उच्च शिक्षणासाठी गेले होते. महायुद्ध सुरू झाल्यावर त्यांचे मायदेशी आगमन झाले – (ऑक्टो. १९१५). या प्रसंगी कोल्हापुरातील विविध समाजांनी व संस्थांनी त्यांचे स्वागत समारंभ करण्याचे योजिले व त्यानुसार निधी उभा केला जाऊ लागला. शाहू महाराजांच्या कानावर या गोष्टी आल्यावर जमा केलेला निधी 'क्षणिक आनंद देणाऱ्या गोष्टीत उडवून टाकण्यापेक्षा''प्रत्येक समाजाने तो निधी आपापल्या मुलांच्या विद्यावृद्धीसाठी खर्च करावा, असा सदुपदेश त्यांनी प्रस्तुत जाहीरनाम्याद्वारा आपल्या प्रजेला केला आहे.

जाहीरनामा

तारीख : २६ ऑगस्ट, १९१५ इ.

श्रीमत् युवराज राजाराम छत्रपति हे आपल्या बंधू व इतर कुमार यांसह विलायतेतील आपला अभ्यासक्रम पुरा करून येत आहेत, यामुळे आमच्या सर्व राजनिष्ठ प्रजेस मोठा आनंद झाला आहे व निरनिराळे समाज आणि निरनिराळी खाती व नागरिक समुदाय आपआपला आनंद, स्वामिनिष्ठा व युवराज विषयींची आपली भक्ती व्यक्त करण्याकरिता लहान-मोठे समारंभ करण्याच्या खटपटीत आहेत. याबद्दल हुजुरास फार संतोष वाटत आहे.

जमा झालेला सर्व पैसा मेजवान्या, रोषणाई, आतषबाजी वगैरेंसारख्या क्षणिक आनंद देणाऱ्या गोष्टीत उडवून टाकण्यापेक्षा प्रसंगास व आनंद व्यक्त करणाऱ्या समाजाच्या इभ्रतीस योग्य तितकाच अशा कामी खर्च करून बाकी राहिलेला फंड श्री युवराजांच्या शुभागमनाचे निरंतर स्मारक व्हावे या उद्देशाने विद्यावृद्धी व विद्येस उत्तेजन देण्याच्या कामी खर्च करण्याची काही काही समाजांची कल्पना हुजुरास पसंत वाटते. हुजरे मंडळी व शिलेदार पथक यांनी आपल्या जमा केलेल्या फंडाचा मोठा भाग शिलकेहून त्याच्या व्याजाने आपल्या मंडळींतील होतकरू मुलांस उत्तेजनाकरिता स्कॉलरशिपा व बक्षिसे देण्याची योजना काढिली आहे, ती फार उत्तम

आहे. या योगाने श्रीमत् युवराज विद्यासंपन्न होऊन परत आले, या महत्त्वाच्या प्रसंगाचे पुढील पिढीच्या विद्याविषयक उत्तेजनाने योग्य स्मारक होईल व त्या त्या खात्याच्या मंडळीच्या तरुण पिढीत विद्यार्जनाविषयी आस्था वाढेल, असा हुजुरांस भरवसा वाटत आहे. मराठा, जैन, शिंपी, मुसलमान, लिंगायत, सारस्वत वगैरे या समाजांनी या प्रसंगी आपल्या फंडाच्या बऱ्याच मोठ्या भागाचा विनियोग आपापल्या विद्यार्थी वसतिगृहांच्या वाढीकडे व त्यांतील विद्यार्थ्यांच्या उत्तेजनाकडे करणे फार हितावह आहे, यात शंका नाही.

सध्याच्या आणीबाणीच्या प्रसंगी सर्व बाजूंनी काटकसर करणे हे प्रत्येकाचे कर्तव्य असल्याने, बुडीत खर्च शक्य तितका कमी प्रमाणावर होणे व विद्याभिवृद्धीकडे शक्य तितका जास्त खर्च करणे आवश्यक आहे.

वर्गणी जमा करिताना पुढाऱ्यांच्या उत्साहातिरेकाने व कार्य उत्तम आहे, अशा जाणिवेने सक्ती होणे साहजिक असले, तरी ते अगदी अयोग्य आहे. या कामी प्रत्यक्ष किंवा अप्रत्यक्ष सक्ती होणार नाही व लोक खुषीने व मनाच्या उत्साहाने देतील तेवढेच वर्गणी घेण्याकडे पुढारी लक्ष देतील, अशी हुजुरास आशा आहे.

जैन, लिंगायत, मराठे, मुसलमान, शिंपी, दैवज्ञ, सारस्वत व इतर ब्राह्मण वगैरे सर्व जातींच्या व धर्मांच्या व्यापारी लोकांनी आपल्या धर्मादाय व इतर देणग्यांचा उपयोग विशेषेकरून आपापल्या समाजाच्या विद्याभिवृद्धीकडे केल्यास फार उत्तम होईल, असे या प्रसंगाने त्या त्या वर्गाच्या व्यापारी लोकांना सुचविण्यात येत आहे. त्याचप्रमाणे या शुभ प्रसंगीच्या वर्गणीसंबंधाने ही तजवीज होईल, अशी उमेद आहे.

यापुढेही अशा प्रकारचे फंड काढण्याची संधी येईल तेव्हा याच तत्त्वानुरोधाने पेट्यानिहाय, गावानिहाय व जातीनिहाय जातीजातीच्या लोकसंख्येच्या व वर्गणीच्या मानाने त्या त्या जातीच्या मुलांच्या विद्यावृद्धीकडे या फंडाचा उपयोग करण्यात आल्यास हुजुरांस फार समाधान वाटेल.

याप्रमाणे हुजुरून ठराव नंबर १४६, कि. जा. नंबर ५७, तारीख २४ माहे ऑगस्ट सन १९१५ चे आज्ञेत आले आहे.

R.R.SHIRGAVKAR

इ. दिवाण, सरकार करवीर

(करवीर सरकारचे गॅझेट, भा. १, ता. २८ ऑगस्ट, १९१५)

**

७०

शाहू महाराजांनी सामाजिक क्षेत्रात अनेक प्रयोग केले. शिक्षण क्षेत्रात त्यांनी एक अभिनव प्रयोग केला. ज्या गावी प्राथमिक शाळा नव्हत्या, त्या ठिकाणी 'वतनी शिक्षक' नेमण्याची योजना केली. या शिक्षकांना त्यांच्या कामासाठी दरबारकडून वतनी जमीन मिळणार होती. त्या संदर्भात महाराजांनी काढलेला हा हुकूम.

जनरल डिपार्टमेंट

तारीख : १६ डिसेंबर, १९१५ इ.

जा. नं. ९ - करवीर इलाख्यात वतनदार शिक्षक नेमून प्राथमिक शिक्षणाच्या नवीन शाळा स्थापन करण्याचे काम फक्त रावबहादूर महादेव गणेश डोंगरे एज्युकेशनल इन्स्पेक्टर इलाखा करवीर यांचेकडे सोपविण्यात आले आहे. ते त्यांनी गावोगाव फिरून व इतर रीतीने जरूर असेल ती माहिती मिळवून करण्याचे आहे. सदरहू शाळांस वतनदार शिक्षक नेमावयाचे असल्याने, त्यास जमिनी देता याव्या म्हणून, गावगन्ना नष्टांश होऊन सरकारजमा झालेली किंवा पुढे होणारी, धर्मादाय उत्पन्ने बिगर हक्काने लोकांनी बळकावलेल्या सरकारी जमिनी, देवस्थानाकडे चालत असलेल्या जमिनी व इतर अशाच प्रकारच्या बाबी (देवस्थानचा खर्चवेच बरोबर रीतीने होतो किंवा नाही, धर्मादाय उत्पन्न ज्या मूळ हेतूने दिलेली आहेत तो सफळ होतो किंवा कसे, याजबद्दल चौकशी करणे वगैरे) या संबंधाने रावबहादूर डोंगरे एज्युकेशनल इन्स्पेक्टर यांनी चौकशी करून आपल्याकडे आपल्या अभिप्रायासह रिपोर्ट करण्याचे असून, असे रिपोर्ट आपल्याकडे आल्यानंतर ते हुजूर मंजुरीस पाठविण्याच्या वगैरेसंबंधाने पुढील तजवीज आपल्या ऑफिसातून व्हावयाची आहे.

सदरप्रमाणे चौकशी करण्याच्या कामी रावबहादूर डोंगरे एज्युकेशनल इन्स्पेक्टर यांस वेळोवेळी गावकामगार यांस हुकूम देणे, इतर लोकांस समन्से करणे, मामलेदार व महालकरी यांस चौकशीकरिता अगर अन्य कारणाकरिता हुकूम देणे, लोकांचे प्रतिज्ञेवर जबाब घेणे वगैरे कामे करावी लागतील व त्यांस हरकती आल्यास शासन करण्याचा प्रसंग येईल, याकरिता रावबहादूर डोंगरे एज्युकेशनल इन्स्पेक्टर यांना हरकती पैदा होऊ नयेत म्हणून मुलकी अंमलदार या नात्याने रावसाहेब डिस्ट्रिक्ट

ऑफिसर यांस जितके व जसे अधिकार आहेत तितके व तसे अधिकार सर्व इलाख्यापुरते देण्यात आले आहेत.

सदरप्रमाणे हुजूर सरकारचा ठराव नंबर ५०२ चा होऊन किरकोळ जावक नंबर १२५, तारीख १५ माहे डिसेंबर सन १९१५ ने इकडे आज्ञेत आल्यावरून प्रसिद्ध करण्यात येत आहे.

R.R.SHIRGAVKAR
इ. दिवाण सरकार करवीर,
(करवीर सरकारचे गॅझेट, भा. १, ता. १८ डिसेंबर, १९१५)

**

७१

महार लोकांना 'लोकल फंडाची माफी' दिल्याचा शाहू महाराजांचा हुकूम.

वेट नंबर ३९

तारीख : ९ मे १९१६ इ.

हुजूर सरकारचा ठराव नंबर ७५५ चा होऊन मुलकी जावक नंबर २९३, तारीख २ माहे मे सन १९१६ इसवीची आज्ञा झाल्यावरून हुकूम देण्यात येतो की –

महार लोकांस नोकरी सक्तीची पडते, ही गोष्ट मनात आणून लोकल फंडाची माफी त्यास देण्यात आली आहे. मात्र ज्या महाराकडून नोकरीची हयगय होईल त्याची ही माफी बंद होईल. पूर्ववत त्याजकडून फंड पुनः घेण्यात येईल. याप्रमाणे तजविजीत यावे.

गोपाळ चिंतामण
चिटणीस

R.R.SHIRGAVKAR
सरसुभे
(करवीर सरकारचे गॅझेट, भा. १, ता. १३ मे, १९१६)

**

७२

'दक्षिणी व कोकणी' ब्राह्मणांच्या सैन्याची एक कंपनी उभारण्याचा हिंदुस्थान सरकारचा निर्णय

जाहीरनामा

तारीख : १७ जून, १९१६ इ.

नंबर २ - तमाम लोकांस कळावयाकरिता प्रसिद्ध करण्यात येते की, हिंदी सैन्यात दक्षिणी व कोकणी ब्राह्मणांची एक कंपनीची भरती करण्यास नामदार हिंदुस्थान सरकारने मंजुरी दिलेली आहे; सदर कंपनी ही ११६ व्या मराठा फलटणीस जोडण्यात येईल म्हणून मे. रेसिडेंट साहेब बहादूर कोल्हापूर व पोलिटिकल एजंट सदर्न मराठा कंट्री स्टेट्स यांजकडून इंग्रजी नंबर २४६९, तारीख १३ माहे जून सन १९१६ इसवीने लिहून आलेले आहे.

हुजूर आज्ञेवरून

R.R.SHIRGAVKAR

इ. दिवाण, सरकार करवीर

(करवीर सरकारचे गॅझेट, भा. १, ता. १७ जून, १९१६)

**

७३

राजवाड्यातील शुभकार्याच्या अथवा दरबाराच्या वेळी मराठे लोकांनी करावयाच्या पोशाखासंबंधी शाहू महाराजांचा हुकूम.

तारीख : ३ ऑक्टोबर, १९१६ इ.

मराठे लोकांचा फुल ड्रेस पागोट्याबद्दल जरीकाठी फेटा व त्यांस कलगी, पांढरा अंगरखा, कमरपट्टा, तरवार व विजार असा समजण्याचा आहे. राजवाड्यातील कोणत्याही शुभकार्याचे वेळी व दरबारास वरील ड्रेसाने येणेबद्दल सर्वांस सूचना देण्यात यावी व वरील नियम गॅझेटमध्ये प्रसिद्ध करण्यात यावयाचा. अंमल तारीख

१ ऑक्टोबर १९१६ इसवीपासून होण्याचा आहे.

हुजूर आज्ञेवरून,

K.B. BODKE

प्रा. सेक्रेटरी

(करवीर सरकारचे गॅझेट, भा. १, ता. .७ ऑक्टो., १९१६)

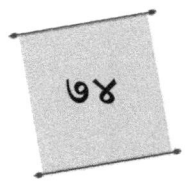

**

७४

जमीन खणताना सापडणाऱ्या दिगंबर जैन मूर्तीसंबंधी शाहू महाराजांचा हुकूम.

मुलकी खाते

तारीख : २० एप्रिल, १९१७ इसवी

सेक्रेटरी दिगंबर जैन प्रांतिक सभा बरनागर माळवा यांनी श्रीमन्महाराज छत्रपति साहेब सरकार यांचे हुजुरास तारीख ७ माहे एप्रिल सन १९१७ इसवीचा अर्ज केल्यात हुजुरून इंग्रजी ठराव नं. ३५, लगत बार नंबर १३१, तारीख १७ माहे एप्रिल सन १९१७ ची आज्ञा झाल्यावरून हुकूम देण्यात येतो की –

जुन्या जागा खणतेवेळी पूजा करण्यास योग्य अशा दिंगबर जैन मूर्ती सापडल्यास त्याजबद्दलची माहिती जवळच्या दिगंबर जैन संस्थेस किंवा दिगंबर जैन तीर्थक्षेत्र कमेटी मुंबई किंवा दिगंबर जैन महासभा मथुरा किंवा दिगंबर जैन माळवा प्रांतिक सभा बरनागर किंवा मुंबई प्रांतिक सभा यांजकडे कळवावी व वर सांगितलेल्या दिगंबर जैन संस्थांनी त्या मूर्ती पूजेस अयोग्य आहेत, असे जाहीर केल्याशिवाय त्या कोणत्याही पदार्थ संग्रहालयाकडे पाठवू नयेत. कळावे तारीख २० माहे एप्रिल सन १९१७ इसवी.

B.V. JADHAV

ॲ. सरसुभे

(करवीर सरकारचे गॅझेट, भा. १, ता. २८ एप्रिल, १९१७)

**

रयत लोक व महार यांच्यात बैत्यासंबंधी वाद उपस्थित झाल्यावर शाहू महाराजांनी दिलेला निर्णय.

मुलकी खाते

तारीख : ३० एप्रिल, १९१७ इ.

महार व रयत यांचेमध्ये बैत्यासंबंधीने तंटे लागतात व त्यापासून उभय पक्षासही त्रास होऊन नुकसान सोसावे लागते. कसबा उदगाव पेटा हातकणंगले येथील महार व रयत यांचे दरम्यान बैत्यासंबंधाने तंटा चालला होत, त्याचा अखेर निकाल हुजुरून मु. ठ. नंबर ६६०, तारीख २६ माहे मार्च सन १९१७ इसवी रोजी होऊन मु. अर्जी नंबर १७०० ने इकडे आला. त्यांतील तत्त्वे सर्व लोकांच्या माहितीकरिता प्रसिद्ध करण्यात येत आहेत.

"महार लोकांस सरकारचे काम करावे लागते त्याबद्दल त्यांस वतनी जमिनी आहेत व रयतेचे काम करावे लागते त्याबद्दल त्यास रयतेकडून बयते मिळते."

"रयतेची कामगारी करतील त्या मानाने महार लोकांस बयते मिळणे वाजवी आहे. महार लोक एक खंडीस एक मण म्हणजे सर्व पिकाचा विसावा हिस्सा थोड्याशा नोकरीसाठी मागतात, हे बरोबर नाही."

"सध्याच्या काळी पूर्वीची सर्व परिस्थिती बदलली असल्यामुळे पूर्वीच्या ग्राम संस्थांचा जुलूम गरीब शेतकऱ्यावर पूर्वी सारखाच चालू देणे हितावह नाही, खंडीस सहा पायली हा बयत्याचा दर रयतेच्या नोकरीच्या मानाने योग्य आहे."

मेलेल्या जनावरांची भाजी, हाडे, शिंगे यांजवर मालकी महारांची आहे; परंतु जनावर रयतेचे असो किंवा वतनदाराचे असो, त्याचे कातडे मालकास मिळाले पाहिजे.

जनावर ओढीबद्दल एक शेरपासून पायलीपर्यंत धान्य द्यावे. आपले जनावर पुरावे अशी कोणाची इच्छा असल्यास महारांनी खड्डा काढून पुरण्याची तजवीज करावी; पण नुकसानी आणि मेहनत याबद्दत त्यांस पाचपासून दहा रुपये किंवा एकपासून दोन मण धान्य महारास मालकाने द्यावे.

गोपाळ गंगाधर — **B.V. JADHAV**

चिटणीस — ॲ. सरसुभे

(करवीर सरकारचे गॅझेट, भा. १, ता. १२ मे, १९१७)

काजीने लावलेले लग्नच कोर्टात कायदेशीर मानले जाईल म्हणून शाहू महाराजांचा हुकूम

जाहीरनामा नंबर १

तारीख : ११ जून, १९१७ इसवी

मुसलमान लोकांत त्यांचे काजीखेरीज दुसरे कोणी लग्न लावणेस हरकत नाही; पण कोर्टात काम पडल्यास काजीने लग्न लाविले असलेखेरीज कायदेशीर हक्क मानला जाणार नाही म्हणून वगैरे हुजुरून मु. ठराव नंबर ८७९, मु. जा. नंबर ३८५, तारीख ५ माहे जून सन १९१७ इसवीचे आज्ञेत आले आहे.

R. R. SHIRGAVKAR

ॲ. दिवाण, सरकार करवीर

(करवीर सरकारचे गॅझेट, भा. १, ता. १६ जून, १९१७)

**

७७

कोल्हापूर संस्थानातील सर्व खात्यांच्या नोकरदारांची सहकारी पतसंस्था स्थापन करण्याच्या प्रस्तावास शाहू महाराजांची मान्यता. हा प्रस्ताव भास्करराव जाधवांनी सादर केला होता.

जाहीरनामा

तारीख ५ जुलई १९१७ इसवी

करवीर इलाख्यातील सर्व खात्यांतील नोकर लोकांची परस्पर सहायकारक मंडळींची पतपेढी रावबहादूर भास्करराव जाधव ॲ. सरसुभे यांनी प्रपोज केल्याप्रमाणे स्थापन करण्याचे मंजूर केले आहे म्हणून हुजूर सरकारचा इंग्रजी ठराव नंबर ४७ चा होऊन इंग्रजी नंबर १९४, तारीख १६ माहे जुलई सन

१९१७ ची आज्ञा झाली आहे.

गोपाळ गंगाधर | **B.V. JADHAV**
चिटणीस | ॲ. सरसुभे

(करवीर सरकारचे गॅझेट, भा. १, ता. ७ जुलै, १९१७)

**

७८

करवीर शंकराचार्यांनी स्थापन केलेल्या संस्कृत विद्यालयास 'छत्रपती संस्कृत विद्यालय' असे नाव देण्यास शाहू महाराजांची संमती.

जाहीरनामा नंबर ९

तारीख ६ जुलाई १९१७ इसवी

श्रीमत्शंकराचार्य स्वामी जगद्गुरू मठ करवीर संस्थानातून कोल्हापुरापासून ४ मैलांवर उंचगाव, पेटा करवीरचे हद्दीत स्थापन केलेल्या संस्कृत कॉलेजास 'छत्रपति संस्कृत विद्यालय' असे नाव श्री स्वामी जगद्गुरू यांचे मनोदयाप्रमाणे देण्याचे मंजूर केल्याबद्दल हुजुरून ठराव नंबर १५४, मु. जा. नंबर ३८, तारीख ३० माहे जून सन १९१७ इ.चे आज्ञेत आले आहे.

R.R. SHIRGAVKAR
ॲ. दिवाण, सरकार करवीर
(करवीर सरकारचे गॅझेट, भा. १, ता. १४ जुलै, १९१७)

**

७९

कोल्हापूर संस्थानच्या सर्व शासन व्यवहारात व लोक व्यवहारात मोडीऐवजी देवनागरी लिपीची सक्ती करणारा शाहू महाराजांचा हुकूम.

जाहीरनामा

करवीर इलाक्यातील दप्तर मोडी लिपीत असल्याने दुर्बोध अर्ज वाचण्यात वेळ

व्यर्थ जातो व साधारण शिकलेल्या माणसास अडचणी येतात वगैरे गोष्टी लक्षात घेऊन अर्ज बाळबोध लिपीत असले पाहिजेत, असा नियम यापूर्वीच करण्यात आला आहे. याचा अनुभव चांगला आला व यापासून बरीच सोय होते असे नजरेस आले, याकरिता यापुढे सर्व पत्रव्यवहार, ताकिदी, नोंदण्या, बारनिशा, ठराव, जबान्या, नगदी हिशेब व पावत्या, खासगीकडील सर्व वह्या, वगैरे सर्व दप्तरचे लिहिणे येत्या गणेश चतुर्थीपासून बाळबोध लिपीतच असावे, अशी आज्ञा देण्यात येत आहे.

बाळबोध लिपीतील प्रत्येक शब्द तोडलेला असावा, मराठीत सही करणारांनी आपली सही बाळबोधीत करावी, हा हुकूम करवीर इलाख्यातील सर्व शाखांच्या सर्व कचेऱ्यांस व शाळांस लागू आहे.

नोंदणी होण्याचे सर्व दस्तऐवज यापुढे बाळबोधीतच असले पाहिजेत. मोडी लिपीत लिहिलेले दस्त नोंदण्याचे सदर दिवसांपासून नाकारण्यात यावे.

व्यापारी लोकांचे दस्त, कीर्दी, खतवण्या वगैरे कागद यापुढे बाळबोध लिपीत न लिहिल्यास ते पुराव्यात घेतले जाणार नाहीत.

या हुकमाची समज सर्वांस मिळावी म्हणून ग्याझिटात प्रसिद्धी करावी व जाहीरनामे काढून प्रत्येक चावडीत व इतर ठिकाणी प्रसिद्ध करावे. याप्रमाणे हुजूर आज्ञा झाल्याबद्दल ठराव नंबर २०१, मु. जावक ६०, तारीख २५ माहे जुलई सन १९१७ इ.चे आज्ञेत आले आहे. त्याप्रमाणे सर्वांकडून तजवीज व्हावी.

तारीख ७ ऑगस्ट १९१७ इसवी.

R.R. SHIRGAVKAR

ॲ. दिवाण, सरकार करवीर

(करवीर सरकारचे गॅझेट, भा. १, ता. ११ ऑगस्ट, १९१७)

**

८०

बाळासाहेब यादव म्हणजे शाहू महाराजांच्या विश्वासातील कोल्हापूरच्या सरदार घराण्यातील एक हरहुन्नरी व्यक्तिमत्त्व. बाबूराव पेंटरांच्या मूक चित्रपटातील पहिले 'हिरो'. प्रस्तुत हुकमान्वे महाराजांनी त्यांना सनदी वकील बनविले –

न्याय खाते

तारीख १४ ऑगस्ट १९१७ इसवी

मि. बाळासाहेब माधवराव यादव, राहणार करवीर, यास दि. ज्यु. ठराव नंबर २०५, तारीख १९ माहे जुलई सन १९१७ इसवीच्या आधारे करवीर इलाख्यातील सर्व कोर्टांत वकिली करण्याबद्दलची सनद हुजुरून देण्यात आली आहे.

V. B. GOKHALE

सरन्यायाधीश

(करवीर सरकारचे गॅझेट, भा. १, ता. १८ ऑगस्ट, १९१७)

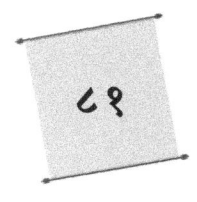

**

८१

शिरोळ रेल्वे स्टेशनला लागून आपल्या पित्याच्या स्मरणार्थ 'जयसिंगपूर' नावाची एक नवीन वसाहत वसविण्याचा शाहू महाराजांनी निर्णय घेतला. त्याच्या अंमलबजावणीचा हा हुकूम.

मुलुकी खाते

तारीख २१ सप्टेंबर १९१७ इ.

हुजूर सरकारचा मुलकी ठराव नंबर १११ चा होऊन मु. जावक नंबर २७, तारीख २७ माहे जून सन १९१७ इसवीची आज्ञा झाल्यावरून प्रसिद्ध करण्यात येते की –

शिरोळरोड स्टेशननजीक दक्षिण अंगास जो माळ आहे, त्या ठिकाणी जयसिंगपूर नावाची वसाहत करण्याच्या कामाची व्यवस्था पुढे लिहिल्याप्रमाणे व्हावी : –

१. सदरहू वसाहतीचे काम मि. विठ्ठल सखाराम कुंभोजकर वकील यांनी करावे, ते ऑनररी करणेचे आहे. त्यांना जयसिंगपूर वसाहत कामगार असा हुद्दा द्यावा.

२. त्यांचे ऑफिस शिरोळ मुनसफ कोर्टात एका कोठडीत ठेवावे.

३. हे ऑफिस रावसाहेब मराठे एक्स्टेंशन ऑफिसर यांचे देखरेखीखाली असावे व जयसिंगपूर वसाहतीची जी कामे त्यांचेकडे येतील त्याजबद्दल हुजूर मंजुरी वगैरे घेऊन त्यांनी पूर्तता करावी.

४. ब्लॉक पाडणे, सडका करणे वगैरे कामाकरिता एक मेस्त्री इंजिनिअर खात्याकडील

या ऑफिसकडे नेमावा व त्याने जरूर लागेल तेव्हा मदत करण्याची आहे.

५. या ऑफिसास लागणारी मदत मामलेदार पेटा हातकणंगले यांनी करण्याची आहे.

६. वसाहत होण्याकरिता मि. दत्तात्रय बाळाजी अडके, रामभाऊ पटवर्धन, हरी लक्ष्मण कणेरकर, यांनी लोकांस माहिती वसाहतीकरिता देण्याची तजवीज करावी व तात्या पाटील चिपरीकर यानेही वरीलप्रमाणे तजवीज करावी.

७. मि. कुंभोजकर यांना या कामाकरिता आठवड्यांतून एक-दोन वेळा यावे लागेल करिता त्यांची वकिलांची कामे त्यांचे सोयीप्रमाणे घालण्याविषयी हुकूम देण्यात यावे.

यांप्रमाणे हुजूरची आज्ञा झाली आहे त्याप्रमाणे तजवीज राहण्याची आहे.

N.P. BHIDE	**B.V. JADHAV**	**गोपाळ गंगाधर**
असि. सरसुभे	अॅ. सरसुभे	चिटणीस

(करवीर सरकारचे गॅझेट, भा. १, ता. २९ सप्टें., १९१७)

**

८२

३ जून १९१७ रोजी शाहू महाराजांनी महाभागवत डॉ. कुर्तकोटी या प्रकांड पंडितास व तथाकथित सुधारकास करवीर शंकराचार्यांच्या पीठावर स्थानापन्न केले होते. प्रस्तुत हुकमान्वये महाराजांनी त्यांना मठाच्या सर्व मालमत्तेचे व उत्पन्नाचे मालक बनविले.

मुलकी खाते

तारीख २१ सप्टेंबर १९१७ इ.

से. वट नंबर १ चा हुकूम की -

श्री. विद्यानृसिंह भारती स्वामी जगद्गुरू शंकराचार्य करवीर पीठ यांनी प्रकृतीस वृद्धापकाळामुळे व प्रकृतीच्या अस्वस्थामुळे अगदीच अशक्तता प्राप्त झाल्याने ब्रह्मीभूत जगद्गुरू श्रीविद्याशंकर भारती स्वामी महाराज यांनी पूर्वी योजलेले पंडित लिंगेश श्रीमहाभागवत कुर्तकोटी यांना तारीख ३ माहे जून सन १९१७ रोजी शिष्य केले व सदरचे शिष्य श्रीविद्याशंकर भारतीस्वामी यांना सर्व अधिकार देण्यात आलेले आहेत, तरी सदर दिवसापासून श्रीसंस्थानचे इनाम, जहागीर जिनगी मठ वगैरे स्थावरजंगम आदि करून एकंदर मालमिळकतीस हेच मालक आहेत म्हणून वगैरे

मजकुराची थैली हुजुरास बार अंक १४, तारीख ३ माहे जून सन १९१७ ची खास रवाना केली, ती लगत हुजुरांतून आशा मु. ठ. नं. ३३७, मु. आ. ५८४, तारीख १० माहे सप्टेंबर सन १९१७ ची सदरहू शिष्य करण्यास हुजूर आज्ञा पूर्वी झाली आहेच, श्री विद्याशंकर भारती स्वामी यांचे नाव संबंध दुमाला गाव व फूट उत्पन्नास दाखल करून नजर वगैरे येणे बाबतीत पुढील तजवीज शिरस्त्याप्रमाणे व्हावी.

याप्रमाणे झाली आहे.

N.P. BHIDE
असि. सरसुभे

B.V. JADHAV
ॲ. सरसुभे

बाळाजी सुभानजी मिसाळ,
हेड कारकून

(करवीर सरकारचे गॅझेट, भा. १, ता. २९ सप्टेंबर, १९१७)

**

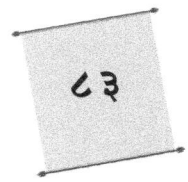

८३

कोल्हापुरातील सरकारी हॉस्पिटलमध्ये नर्सिंग क्लास सुरू केल्याची नोटीस

नोटीस

कोल्हापूर ए. ई. हॉस्पिटलमध्ये तारीख १ माहे डिसेंबर सन १९१७ इसवीपासून नवीन नर्सिंग क्लास सुरू होणार आहे, करिता त्यामध्ये ज्यांची शिकण्याची इच्छा असेल त्यांनी चांगल्या वर्तणुकीबद्दल सभ्य गृहस्थाचा दाखला व मराठी चौथी इयत्तेचा पास असलेबद्दल हेडमास्तराचा दाखला घेऊन सदर दिवशी हजर राहावे. विद्यार्थिनींची प्रवेशपरीक्षा घेऊन पहिल्या सहा नंबरांस स्कॉलरशिप देण्यात येईल.

ए. ई. हॉस्पिटल
कोल्हापूर
तारीख ५, ११-१९१७ इ.

V. S. TENGSHE
दरबार सर्जन इ. करवीर

(करवीर सरकारचे गॅझेट, भा. १, ता. १० नोव्हें., १९१७)

**

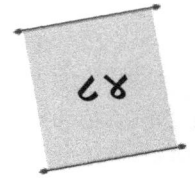

८४

गावच्या पाटील-कुलकर्ण्यांना आपापल्या गावात आर्थिक देवघेवीचा व्यवहार करण्यास बंदी घालणारा हुकूम.

वट नंबर

तारीख २२ जानेवारी १९१८ इ.

हुजूर सरकारचा मु. ठ. नंबर ५३३ चा होऊन मु. जा. नंबर २३४, तारीख ४ माहे जानेवारी सन १९१८ इसवीची आज्ञा झाल्याआधारे कळविण्यात येते की –

करवीर इलाख्यातील सर्व गावचे पाटील, कुलकर्णी आपापले गावात देवघेवीचा व्यापार वगैरे करितात, व त्यामुळे वसुलाचे बाबतीत वगैरे गरीब रयतेस फार त्रास होतो, असे समजून आल्यावरून हुकूम देण्यात येतो की, करवीर इलाख्यातील सर्व गावचे पाटील, कुलकर्णी यांनी आपापले गावात कोणत्याही देवघेवीचा व्यवहार करण्याचा नाही. यापूर्वीचे अशा प्रकारचे व्यवहार एक वर्षात ज्यांनी त्यांनी निकाल करावेत; एक वर्षांपुढे अशा व्यवहाराबद्दल तक्रार ऐकिली जाणार नाही. सदरचा नियम पाटील, कुलकर्णी व त्यांचे जवळचे नातलग यांसही लागू आहे.

N.P. BHIDE
असि. सरसुभे

B.V. JADHAV
ॲ. सरसुभे

C. S. VIRACTMATH
चिटणीस

(करवीर सरकारचे गॅझेट, भाग. १, ता. २६ जाने., १९१८)

**

८५

सक्तीच्या व मोफत प्राथमिक शिक्षण योजनेखाली येणाऱ्या शाळांच्या संदर्भात शाहू महाराजांनी काढलेला हा एक हुकूम. 'उत्तम नागरिक' निर्माण करणे हे शिक्षणाचे ध्येय असले पाहिजे, अशी अपेक्षा त्यांनी व्यक्त केली आहे.

जाहीरनामा

तारीख २४ जानेवारी १९१८ इ. हुजूर सरकारचा मु. ठ. नंबर ५५५, लगत शा जा. नंबर ८, तारीख २३ माहे जानेवारी सन १९१८ इसवीची आज्ञा.

कोल्हापूर इलाख्यात सक्तीचे व मोफत प्राथमिक शिक्षण सुरू करण्यात आले आहे. केरले येथे स्वामी परमानंद यांनी व्हर्न्याक्युलर ४ यत्तेपर्यंत शिक्षणाची शाळा काढली आहे, ती या स्कीममधील आहे. तसेच कोल्हापूर शहरात पाटगावकर बुवाच्या मठात इंग्रजी ४ यत्तेपर्यंत सदरहू स्वामीजींच्या देखरेखीखाली काढावयाच्या फ्री शाळेचाही खर्च याच स्कीमच्या फंडातून करण्याचा आहे.

या दोन्ही शाळेवर रावबहादूर डोंगरे यांची नजर राहावी, या दोन्ही शाळांच्या खर्चाकरिता दरसाल (३०००) तीन हजार रुपये व तीस विद्यार्थ्यांचा भोजन खर्च (२०००) रुपये अशी पाच हजारांची तजवीज पुढील बजेटात करण्यात यावी.

विद्यार्थ्यांचे अन्न व पोषाख साधा असावा व शिक्षणाचे ध्येय उच्च राहून उत्तम नागरिक सदर बोर्डिंगातून निपजतील अशी आशा आहे.

(करवीर सरकारचे गॅझेट, भा. १, ता. २६ जानेवारी, १९१८)

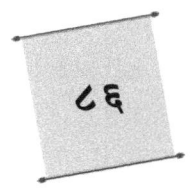

**

८६

मोफत व सक्तीच्या प्राथमिक शिक्षण योजनेच्या अंमलबजावणीसाठी शाहू महाराजांनी एक स्वतंत्र खाते स्थापन करून ते आपल्या 'नजरे'खाली राहील असे जाहीर केले. या खात्याचे 'डायरेक्टर' म्हणून राजाराम कॉलेजमधील विद्वान प्राध्यापक रघुनाथ नारायण आपटे यांची नेमणूक करण्यात आली.

जाहीरनामा

तारीख २४ जानेवारी १९१८ इ.

हुजूर सरकारचा मु. ठ. नंबर ५५४ लगत शाळा जावक नंबर ७, तारीख २१ माहे जानेवारी सन १९१८ ची आज्ञा :

मोफत व सक्तीचे शिक्षण सर्व इलाख्यात सुरू करण्याच्या कामाकरिता पुढीलप्रमाणे व्यवस्था करण्यात आली आहे –

१. या कामाकरिता एक स्वतंत्र डिपार्टमेंट करण्यात आले आहे.

२. हे डिपार्टमेंट खुद्द हुजूर नजरेखाली राहील व प्रोफेसर रघुनाथ नारायण आपटे हे या डिपार्टमेंटचे डायरेक्टर नेमिले आहेत व एवढ्यापुरते त्यास डायरेक्टरचे अधिकार दिले आहेत.

३. प्रोफेसर रामचंद्र बाबाजी पंडितराव यांस या खात्यापुरते ए. इन्स्पेक्टर नेमून ते सर्व अधिकार त्यांस दिले आहेत. त्यांस पगार १२५ रुपये करण्यात आला आहे व अलावन्स २५ रुपये देण्यात आला आहे.

४. त्यांस २ असिस्टंट (पगार रु. ३०+१५ भत्ता) प्रमाणे देण्याचे आहेत. ते त्यांनी प्रोफेसर आपटे यांच्या सल्ल्यांने निवडून नेमून घेण्याचे.

५. एस्टाब्लिशमेंट जरूर काय पाहिजे हे प्रोफेसर पंडितराव यांनी पाहून मागणे करावे, म्हणजे विचार होईल.

६. रेव्हिन्यू डिपार्टमेंटच्या सर्व अंमलदारांनी प्रोफेसर पंडितराव व त्यांचे असिस्टंट यांस त्यांचे काम सुलभ व सुसूत्र होण्याकरिता चांगली मदत करावी असे हुकूम देण्यात यावेत.

७. याचा अंमल तारीख १८ माहे जानेवारी सन १९१८ पासून व्हावयाचा आहे.

८. प्रोफेसर पंडितराव यांस त्यांनी काम कसे व कधी सुरू करण्याचे आहे वगैरेंची समज त्यांस समक्ष दिली आहे.

९. प्रोफेसर पंडितराव यांची जागा भरण्याबद्दल प्रिन्सिपॉल डार्बी यांनी जरूर प्रपोजल पाठविण्याचे आहे.

१०. ऑफिसास जागा देण्याची तजवीज झाली आहे.

येणेप्रमाणे हुजूर आज्ञेस अनुसरून तजवीज राहावी.

C. S. VIRAKTMATH — चिटणीस

B.V. JADHAV — ॲ. सरसुभे

(करवीर सरकारचे गॅझेट, भा. १, ता. २६ जानेवारी, १९१८)

**

८७

सक्तीच्या मोफत प्राथमिक शिक्षणाच्या प्रसारासाठी प्रचंड निधी लागणार होता. त्यासाठी घरटी एक रुपया याप्रमाणे अल्पसा 'शिक्षणकर' बसवून महाराजांनी आवश्यक तो निधी उभा करण्याचे ठरविले.

जाहीरनामा

तारीख २८ फेबुवारी १९१८ इ.

हुजूर सरकारचा मु. ठराव नंबर ६५८, सन १९१८ इसवीचा होऊन मु. जा. नंबर ३०७, तारीख २३ माहे फेब्रुवारी सन १९१८ इसवीची आज्ञा झाल्याआधारे प्रसिद्ध करण्यात येते की –

सध्या लढाई वगैरे अनेक कारणाने महागाई जास्त वाढल्याने सरकारी खर्चही वाढला आहे व त्यामुळे शिक्षणासारख्या महत्त्वाच्या कामांकडे जरूर तितका पैसा देण्यास सवड होत नाही. लोक सुशिक्षित होणे तर फार आवश्यक असून, ते काम जितके लवकर होईल, तितके पाहिजेच आहे; याकरिता दर एक घरावर एक रुपयाप्रमाणे जादा फाळा प्राथमिक शिक्षणाकरिता म्हणून घेण्यात यावा व सदरची रक्कम अलाहिदा वसूल करून निराळी हुजूर खजिन्यात जमा व्हावी.

रावसाहेब आपटे यांच्यामार्फत सदरहू पैशाचा खर्च व्हावा. याप्रमाणे घरातील सर्व मुलांस शिक्षण मिळून त्याबद्दल वर्षास एक रुपया हा फार कमी आहे, असे कोणीही कबूल करील, याचा अंमल पेस्तर सालापासून करावा.

मुकाबला पाहणार — **B.V. JADHAV**

महादेव कृष्णाजी कुरणे, कारकून — ॲ. सरसुभे

(करवीर सरकारचे गॅझेट, भा. १, ता. २ मार्च १९१८)

**

८८

कोल्हापूर राज्यातील 'कुलकर्णी वतन' खालसा करणारा शाहू महाराजांचा हा खळबळजनक जाहीरनामा. महाराजांना आपल्या राज्यात ग्रामपंचायती सुरू करायच्या होत्या; पण त्यांच्या प्रगतीच्या मार्गात कुलकर्णी 'अडचण' ठरणार होते , म्हणून त्यांनी त्यांचे वतन खालसा करून त्यांस दूर केले. तथापि, त्यांच्याकडे असलेल्या वतनी जमिनी रयतावा करून त्यांच्याकडेच राहू दिल्या.

जाहीरनामा

तारीख २८ फेब्रुवारी १९१८ इ.

हुजूर सरकारचा मु. ठराव नंबर ६५७, सन १९१८ इसवीचा होऊन मु. जा नंबर ३०६, तारीख २३ माहे फेब्रुवारी सन १९१८ इसवीची आज्ञा झाल्याआधारे प्रसिद्ध करण्यात येते की– रयतेमध्ये विद्येचा प्रसार होऊ लागल्याने, तिला जास्त हक्क देण्याची वेळ आलेली आहे. बिकानेर, त्रावणकोर, वगैरे संस्थानांत प्रजेस ग्रामपंचायती दिलेल्या आहेत, त्याच धर्तीवर येथेही देण्याचा हुजूरचा विचार आहे; पण या कामास वतनदार कुलकर्णी ही मोठी अडचण आहे, असा जाणत्या लोकांचा अनुभव आहे. समाजाच्या अज्ञान अवस्थेत कुलकर्णी वतन अवश्य असेल; पण आता मात्र तो काल राहिला नाही. वतनदार कुलकर्णी असता एखाद्या ठिकाणी ग्रामपंचायत स्थापन झाल्यास सर्व सत्ता सदर कुलकर्णी व त्यांचे थोडे जातभाई यांच्या हाती जाईल व शेतकऱ्यांच्या मोठ्या समाजाच्या हिताकडे दुर्लक्ष्म झाल्याशिवाय राहणार नाही. वतनदार पाटील हा शेतकऱ्यांपैकीच असल्याने, याच्या योगाने अशा ग्रामपंचायतींच्या कामास काही धोका येण्यासारखा नाही.

ग्रामपंचायती यशस्वी करावयाच्या असतील तर वतनदार कुलकर्ण्यांची पद्धत बंद झाली पाहिजे, सबब यापुढे ही पद्धती बंद करून पगारी तलाठी नेमून गावचे काम घेण्यात यावे.

कुलकर्णी लोक आज जे काम करीत आहेत, त्यांतील बहुतेकांस सनदा नाहीत, फक्त वहिवाटीप्रमाणे काम करीत आहेत. वतनी जमिनीवर वतनदारांचा हक्क नाही. जोपर्यंत नोकरी घेण्यात येते तोपर्यंत सदर जमीन त्यांचेकडे राहण्याची असते. तरी कुलकर्ण्यांच्या ताब्यात असलेल्या वतनी जमिनी मोहिनी व अर्जी काढून न घेता दयाळूपणे त्यांच्याकडेच राहू देण्याची हुजूरची इच्छा आहे, इतकेच नव्हे तर त्यांना सध्या सदर जमिनीवर पूर्ण मालकी नाही तीही मालकी त्यांना देण्यात येत आहे, आज त्यांना सदर जमिनी गहाण देता येत नाहीत विकत, बक्षीस अगर मृत्युपत्रानेही कोणास देता येत नाहीत; पण त्यांना रयताव्याचे पूर्ण हक्क मिळाले म्हणजे या सर्व गोष्टी करता येतील, असे पूर्ण हक्क मिळणे, हा त्यांचा फायदाच आहे.

सध्याच्या कुलकर्ण्यांनी चालू फसली सालअखेर काम करण्याचे आहे, त्यास त्या सालची हक्कदारी मिळेल, यांतील लायक माणसांस तलाठ्याच्या नोकऱ्याही देण्यात येतील.

मुकाबला पाहणार — **B.V. JADHAV**

महादेव कृष्णाजी कुरणे, कारकून — ॲ. सरसुभे

(करवीर सरकारचे गॅझेट, भा. १, ता. २ मार्च १९१८)

**

८९

ग्रामीण भागातील बलुते पद्धती रद्द करणारा, सर्व बलुत्या-आलुत्यांस पूर्ण व्यवसायस्वातंत्र्य देणारा शाहू महाराजांचा हा अपूर्व जाहीरनामा. या जाहीरनाम्यामुळे शेकडो वर्षे बलुतेदारीच्या गुलामगिरीत राहिलेला एक प्रचंड मागासलेला समाज मुक्त होणार होता. त्यास आता हवा तो व्यवसाय करता येणार होता.

जाहीरनामा

तारीख २८ फेबुवारी १९१८ इ.

हुजूर सरकारचा मु. ठराव नं. ६५६, सन १९१८ इ. चा होऊन म. जा. नंबर ३०५, तारीख २२ माहे फेब्रुवारी सन १९१८ इ. ची आज्ञा झाल्याआधारे प्रसिद्ध करण्यात येते की –

सध्या परिस्थितीत पुष्कळ बदल झाल्याने पूर्वीच्या ग्रामसंस्था आता बहुतेक निरुपयोगी झाल्या आहेत व सर्व्हे सेटलमेंट झाल्या वेळेपासून बैते देण्याचे रयतेस भाग नाही. तथापि पुष्कळ ठिकाणी बैते बलुते देण्याची पद्धती सुरू आहे. कारूनारूस जे बैते द्यावे लागते, त्याची किंमत आता नोकरीच्या मानाने फारच जबर पडेल व शिवाय वतनदार कारागिरांचे हस्तकौशल्यही फार कमी होत आहे. यासाठी ग्रामजोशापासून सर्व आलुत्या-बलुत्यास बैते देण्याची जरुरी नाही. त्याच्या नोकरीची जरूर लागल्यास ती नोकरी पैशाच्या रूपाने मोबदला देऊन घ्यावी. वाटेल त्या कारागिरास, ग्रामजोशास व उपाध्यास वाटेल त्या ठिकाणी राहण्याची व वाटेल तो धंदा, वाटेल त्या प्रकारचे काम करण्याची परवानगी आहे, असे या जाहीरनाम्याने सर्वांस जाहीर करण्यात येत आहे. महार हा वतनदार असल्याने, त्याला मिळणाऱ्या बैत्यास या हुकमाने काही बाधा येत नाही.

बलुते खुतातील सर्व जमिनी याच हुकमाने रयतावा करण्यात येत आहेत. याचा अंमल पेस्तर जमाबंदीच्या कागदी करण्यात यावा.

मुकाबला पाहणार **B.V. JADHAV**

महादेव कृष्णाजी कुरणे ॲ. सरसुभे

(करवीर सरकारचे गॅझेट, भा. १, ता. २ मार्च १९१८)

**

१०

सक्तीच्या व मोफत प्राथमिक शिक्षणाच्या अंमलबजावणीसाठी नेमलेल्या शिक्षणाधिकाऱ्यांना गावकामगार व मुलकी अंमलदार यांनी हरप्रकारची मदत केली पाहिजे, म्हणून शाहू महाराजांची आज्ञा.

जाहीरनामा नंबर ३८

तारीख २८ फेबुवारी १९१८ इ.

आपल्या सर्व प्रजेला लिहिता-वाचता आल्याखेरीज त्यांना आपली स्थिती सुधारता येणार नाही, अशी हुजूर सरकार यांना खात्री पटल्यावरून त्यांनी सक्तीचे व मोफत प्राथमिक शिक्षणाचा कायदा पास करून तो तारीख २९ माहे सप्टेंबर सन १९१७ चे ग्याझिटात प्रसिद्ध केला आहे व हे काम करण्याकरिता एक स्वतंत्र खाते करून रावसा. रघुनाथ नारायण आपटे यांना डायरेक्टर व प्रोफेसर रामचंद्र बाबाचार्य पंडितराव यांना एज्युकेशनल इन्स्पेक्टर व राजश्री अनंत भाऊचार्य पंडितराव आणि रा. श्रीधर रघुनाथ वाकणकर यांना असि. इन्स्पेक्टर नेमिले आहेत. एज्युकेशनल इन्स्पेक्टर व असि. ए. इन्स्पेक्टर हे जेथे जेथे जातील तेथे तेथे त्यांना गाव कामगार व मुलकी व इतर अमलदार यांनी हरएक प्रकारची मदत केली पाहिजे. जर कोणाकडून त्यांना वक्तशीर मदत झाली नाही, असा त्यांचेकडून रिपोर्ट आला, तर त्याबद्दल सक्त विचार केला जाईल. यापुढे या शिक्षणाचे कामी ज्यांना जो पत्रव्यवहार करण्याचा असेल तो त्यांनी रावसा. रघुनाथ नारायण आपटे अगर प्रोफेसर पंडितराव यांचेकडे करावा, अशी हुजूरची आज्ञा झाली आहे. त्याप्रमाणे तजविजीत यावे.

ब. वि. हावळ   **R.R.SHIRGAVKAR**
चिटणीस   ॲड. दिवाण, सरकार करवीर
(करवीर सरकारचे गॅझेट, भा. १, ता. २ मार्च १९१८)

✲✲

११

राज्यातील मोफत व सक्तीच्या शिक्षणाच्या खर्चाचा बोजा काही प्रमाणात राज्यातील इनामदार सरंजामदार लोकांनी रयत लोकांच्या कल्याणासाठी आनंदाने सहन करावा, असे शाहू महाराजांना वाटत होते. त्या दृष्टीने महाराजांनी काढलेला हा हुकूम.

मुलकी खाते

तारीख २९ एप्रिल १९१८ इ.

हुजूर सरकारचा मु. ठ. नंबर ७२२ चा होऊन मु. जा. नंबर ३६५, तारीख २५ माहे मार्च सन १९१८ इसवीची आता झाल्यावरून हुकूम देण्यात येतो की –

इलाखे मजकुरी मोफत व सक्तीचे शिक्षण ज्या ठिकाणी सुरू करण्याचे नियमात आणिले, त्यात पुष्कळ ठिकाणी दुमालदार व सरंजामीदार असून त्यांचेवर त्याजबद्दल होणाऱ्या खर्चाचा काही बोजा बसविणे इष्ट आहे व तो आपआपल्या गावच्या रयताकरिता सदरचे सरदार आदी करून लोक आनंदाने सहन करतील अशी हुजूरची पूर्णपणे खात्री आहे की, त्यांजवर शेकडा १५ किंवा १० किंवा कमजास्ती नोकरी अंश बसला असेल त्यांजवर शेकडा २० रुपयेपर्यंत त्या नोकरी अंशाच्या वगैरे बाबी धरून या शिक्षणपट्टीची आकारणी होईल इतक्या मानाची खर्चाची बाब ठेवून ती पुढील म्हणजे सन १३२८ फसली सालापासून आकारून हप्त्याचे वेळी वसूल करण्यात यावी व आकारणीची पत्रके तयार करून जमाबंदीच्या वेळेपूर्वी तयार होतील अशी तजवीज ठेवावी व सदरहूप्रमाणे पत्रके तयार करून जून १९१८ अखेर रावसाहेब दप्तरदार वजई ब्रँचमार्फत इकडे पोहचतील अशी पाठविण्यात यावीत म्हणजे जमाबंदीस हुकूम देण्यात येईल.

गोपाल गंगाधर	**B.V.JADHAV**
हेड कारकून	अॅ. सरसुभे

(करवीर सरकारचे गॅझेट, भा. १, ता. ११ मे १९१८)

**

१२

तलाठी परीक्षेच्या संदर्भातील जाहीरनामा. त्या काळी तलाठ्यांना प्रशिक्षित करण्यासाठी कोल्हापुरातील सत्यशोधक मंदिरात 'तलाठी क्लास' भरत होत, अशी माहिती यातून मिळते.

जाहीरनामा

प्रसिद्ध करण्यात येतो की, कोल्हापूर इलाख्यातील तलाठी कामाची परीक्षा तारीख १ माहे जून सन १९१८ इसवीपासून कोल्हापूर येथे राजाराम कॉलेजात सुरू होईल, तरी परीक्षेस बसणारे उमेदवारांनी सदर दिवशी सदर ठिकाणी सकाळी इंग्रजी ७ वाजण्याचे पूर्वी हजर असावे.

पाटील स्कूल व तलाठी क्लासांत शिकत असलेल्या उमेदवारांशिवाय ज्या कोणा इसमास (खासगी रीतीने शिकत असलेला) सदर परीक्षेस बसण्याचे असेल, त्यांनी आपली नावे तारीख २९ व तारीख ३० माहे मे सन १९१८ इसवी रोजी सकाळी ७ ते १० वाजेपर्यंत मेसर्स निगुडकर व घुमरे यांचे गंगावेशीतील सत्यशोधक मंदिरातील तलाठी क्लासात हजर होऊन नोंदावीत. नाव नोंदविण्यासंबंधी रीतीप्रमाणे मे. रावबहादूर सुरसुभेसाहेब इलाखा करवीर यांचे नावचा अर्ज दिला पाहिजे. परीक्षेचे दिवशी आयते वेळी नावे नोंदविली जाणार नाहीत.

परीक्षेस बसणारे प्रत्येक उमेदवाराने कोरे कागद व लिहिण्याचे सर्व सामान आपणाबरोबर आणले पाहिजे.

तारीख २७ मे १९१८ इ.

C.S. VIRACTMATH — **B.V. JADHAV**

चिटणीस — ॲ. सरसुभे

(करवीर सरकारचे गॅझेट, भा. १, ता. १ जून, १९१८)

**

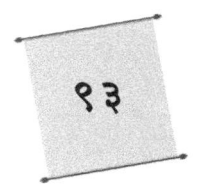

१३

आपल्या प्रजाजनास लोकशाही कारभाराचे प्राथमिक धडे मिळावेत, म्हणून शाहू महाराजांनी आपल्या राज्यात 'ग्रामपंचायती' स्थापन करण्याचा निर्णय घेतला. त्यानुसार प्रथम राज्यातील काही निवडक गावी ग्रामपंचायतीचा प्रयोग करण्याचे ठरले. भास्करराव जाधव, खंडेराव गायकवाड यांसारख्या अधिकाऱ्यांनी या ग्रामपंचायती स्थापन करायच्या होत्या. त्यासंदर्भात महाराजांनी प्रसिद्ध केलेला हा जाहीरनामा. यात ग्रामपंचायतींना नेमून दिलेल्या कार्याची यादीही दिलेली आहे.

रेव्हिन्यू डिपार्टमेंट

जाहीरनामा

तारीख १३ जुलई १९१८ इ.

करवीर इलाख्यात ग्रामपंचायती स्थापन करण्याचा हुजूरचा मानस आहे व त्यासाठी प्रथम अनुभव पाहण्याकरिता पुढे लिहिलेल्या कामगारांनी त्यांच्या नावापुढे लिहिल्या गावी तशा पंचायती सुरू करून त्याचा रिपोर्ट हुजूरकडे दर तिमाहीस करीत जावा :-

गावातील लहानलहान दिवाणी दावे व क्षुल्लक फौजदारी गुन्हे यांची चौकशी, गावची साफसफाई व गावातील रस्ते, पाण्याची व्यवस्था, शाळांवर देखरेख व शिक्षण प्रसारास उत्तेजन, वगैरे कामे सदर पंचायतीने करावयाची आहेत. या संबंधाने खुलासेवार नियम आलाहिदा प्रसिद्ध करण्यात येतील.

ऑफिसर	**गाव**
रावब. भास्करराव जाधव	उंचगाव, पेटा, करवीर
रावसाहेब खंडेराव गायकवाड	कळंबे, पेटा, करवीर
रावसाहेब कृष्णाजी धोंडो मराठे	रुकडी, पेटा, हातकणंगले
रा. रा. रामचंद्र रघुनाथ सबनीस	चिखली, पेटा, करवीर

श्री. स्वामी जगद्गुरू पीठाकडून,

(बावडा पेटा करवीर कृपाकरून स्वामींनी करून घ्यावे.)

सदरप्रमाणे तजवीज देण्याविषयी हुजुरून मु. ठ. नंबर २९ चा होऊन मु. जा.

नंबर ३३, तारीख ११ माहे जुलई सन १९१८ ची आज्ञा झालेली आहे.

C.S. VIRACTMATH चिटणीस

B.V.JADHAV ॲ. सरसुभे

(करवीर सरकारचे गॅझेट, भा. १, ता. १३ जुलै, १९१८)

**

१४

संपूर्ण कोल्हापूर राज्यात सक्तीच्या व मोफत प्राथमिक शिक्षणाचे चार विभाग पाडण्यात आले. त्या विभागांच्या व्यवस्थेकरिता शाहू महाराजांनी केलेल्या नेमणुका.

सक्तीचे मोफत शिक्षण खाते

''हल्ली सक्तीचे व प्राथमिक शिक्षणाची व्यवस्था डायरेक्टर यांचे नजरेखाली मि. पंडितराव यांचे एकट्याकडूनच होत आहे. सर्व इलाख्याभर सदर शिक्षणाची सत्वर तजवीज होणे इष्ट असल्याने, हुकूम देण्यात येत आहे :-

(अ)	पेटा करवीर - शहर खेरीज करून पेटा पन्हाळा, महाल चनवाड.	या भागात सदर शिक्षणाचे व्यवस्थेकरिता रावबहादूर डोंगरे यांस नेमण्यात आले.
(ब)	पेटा हातकणंगले व महाल रायबाग	मि. तोफखाने व दीक्षित
(क)	पेटा गडहिंग्लज, भुदरगड व महाल राधानगरी	मि. पंडितराव
(ड)	शहर करवीर	श्री जगद्गुरू पीठ, श्री पीठाकडून, करवितील अशी उमेद आहे. स्वामी जगद्गुरू ही तजवीज करतील.

याप्रमाणे हुजूर मु. ठ. नंबर ३० चा होऊन शा. जा. नंबर २ तारीख ११ माहे जुलई सन १९१८ ची आज्ञा झाली आहे.

R. N. APTE

डायरेक्टर स. मो. शिक्षण खाते

(करवीर सरकारचे गॅझेट, भा. १, ता. १३ जुलै, १९१८)

**

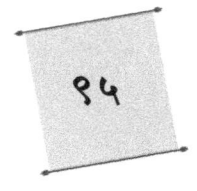

९५

गुन्हेगार समजल्या गेलेल्या चार जातींची हजेरी माफ
करणारा शाहू महाराजांचा हुकूम.

वट नंबर ५
१९१८

तारीख २७ जुलई १९१८ इ.

''इलाखे मजकुरी गुन्हेगार जातींच्या लोकांची हजेरी दररोज पोलीस पाटलाकडे
होते. त्यातील काही जातींची हजेरी माफ केली असून, काही काही ठिकाणी त्यांची
हजेरी अद्याप घेण्यात येते. या हजेरीपासून त्या-त्या जातींच्या लोकांची फार गैरसोय
होते व इमानाचे धंदे करून पोट भरण्यास अडचण पडते. ही सर्व अडचण दूर झाली
पाहिजे, यासाठी हुकूम देण्यात येतो की –

महार, मांग, रामोशी व बेरड या चार जातींच्या लोकांची हजेरी बंद करण्यात
यावी. यातील जे कोणी गुन्ह्यात सापडून शिक्षा झालेली असतील, त्यांना मात्र या
हुकमाने हजेरीची माफी नाही. या हुकमाचा अंमल ताबडतोब करण्यात यावा,'' अशी
श्रीमन्महाराज छत्रपति साहेब सरकार करवीर यांचे हुजुरून आज्ञा झाली आहे.
त्याप्रमाणे तजवीज ठेवावी.

D.D. SONTAKE
डि. मॅजिस्ट्रेट
(करवीर सरकारचे गॅझेट, भा. १, ता. ३ ऑगस्ट, १९१८)

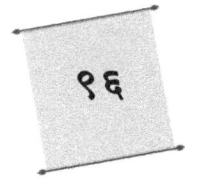

९६

तलाठ्यांच्या नेमणुकीसंबंधीचा जाहीरनामा प्रत्येक
तलाठ्याने 'सत्यार्थ प्रकाश' पुस्तकाचा अभ्यास करून
त्याची परीक्षा दिली पाहिजे, म्हणून शाहू महाराजांचा
हुकूम.

रेव्हिन्यू डिपार्टमेंट

जाहीरनामा

तारीख १० ऑगस्ट १९१८ इ.

हुजूर सरकारचा मु. ठ. नंबर ९९ चा होऊन मु. जा. नंबर ७२, तारीख ५ माहे ऑगस्ट सन १९१८ इसवीची आज्ञा झाल्या आधारे प्रसिद्ध करण्यात येतो की –

सध्या जे तलाठी नेमण्यात आले आहेत, त्यांस रेव्हिन्यू खात्यातील जनरल लिष्टात जागा दिल्या आहेत, असे समजावे. अठरा रुपये पगार होईपर्यंत त्यांस बढती तलाठी लिष्टात मिळेल. त्यानंतर वीसपासून पुढील जाग्यांवर त्यांचा इतराप्रमाणे हक्क राहील. तलाठी लोकांस प्रॉव्हिडंट फंड देण्याचा हुकूम आहे, पण ज्या लोकास सवलत नको असेल त्यांना इतर नोकरांप्रमाणे पेन्शन मिळण्याचा हक्क राहील.

सत्यार्थप्रकाश या पुस्तकाचा अभ्यास सर्व तलाठी लोकांनी केला पाहिजे, त्याची परीक्षा पुढील साली होईल.

C. S. VIRACTMATH — चिटणीस

N.P. BHIDE — ॲ. सरसुभेकरिता

(करवीर सरकारचे गॅझेट, भा. १, ता. १७ ऑगस्ट, १९१८)

**

१७

अस्पृश्य जातींच्या तलाठ्यांपैकी जे नोकरीत प्रावीण्य दाखवतील, त्यांना 'भाग कारकून' व 'अव्वल कारकून' अशा, बढत्या द्याव्यात म्हणून शाहू महाराजांची आज्ञा.

रेव्हिन्यू डिपार्टमेंट

जाहीरनामा

तारीख १० ऑगस्ट १९१८ इ.

हुजूर सरकारचा मु. ठ. नंबर ९८ चा होऊन मु. जा. नंबर ७४, तारीख ५ माहे ऑगस्ट सन १९१८ इसवीची आज्ञा झाल्याआधारे प्रसिद्ध करण्यात येतो की :

अस्पृश्य जातीच्या लोकांना तलाठी नेमण्याबद्दल अलाहिदा हुकूम देण्यात

आला आहे. सदर लोकांपैकी जे लोक आपले कर्तबगारीने व बुद्धीने पुढे येतील त्यांस भाग कारकून व अव्वल कारकून अशा प्रकारच्या जागा देण्यात याव्यात, अशी हुजूरची आज्ञा झाली आहे.

C.S. VIRACTMATH चिटणीस

N.P. BHIDE ॲ. सरसुभेकरिता

(करवीर सरकारचे गॅझेट, भा. १, ता. १७ ऑगस्ट, १९१८)

**

१८

अस्पृश्य जातींच्या लोकांना दरबारच्या नोकऱ्यांत प्राधान्य दिले जाईल; एवढेच नव्हे, तर त्यांच्यातील लायक व्यक्तीला महसूल, न्याय आदी खात्यांच्या प्रमुखपदीही नेमले जाईल, म्हणून शाहू महाराजांचा जाहीरनामा.

रेव्हिन्यू डिपार्टमेंट

जाहीरनामा नंबर २२

तारीख १६ ऑगस्ट १९१८ इ.

हल्ली तलाठ्यांच्या नेमणुका चालल्या आहेत, त्यांत अस्पृश्य जातीच्या लोकांस प्रेफरन्स देण्यात यावे व तसेच त्या जातीतील लोकांस योग्य ती लायकी असल्यास दरबारातील कोणत्याही योग्यतेच्या जागेवर म्हणजे रेव्हिन्यू,ज्युडिशियल, पोलीस व जनरल आदी कोणत्याही डिपार्टमेंटच्या मुख्याच्या जागेवरही नेमण्यात येईल, इतःपर त्यांच्या अस्पृश्यत्वाची सबब सरकारी नोकरीच्या बाबतीत घेतली जाणार नाही, म्हणून जाहीर करण्यात यावे. अशाविषयी हुजुरून ठराव नंबर ११९, मु. जावक नंबर ८१, तारीख ८ माहे ऑगस्ट सन १९१८ चे आज्ञेत आले आहे.

ब. वि. हावळ चिटणीस

R.R. SHIRGAVKAR ॲ. दिवाण सरकार करवीर

(करवीर सरकारचे गॅझेट, भा. १ ता २४ ऑगस्ट १९१८)

**

९९

महार लोकांची उत्पन्ने 'बलुते खुतांतून 'कमी करून 'गाव हक्कदार खुतां'त दाखल करण्यात यावीत, म्हणून शाहू महाराजांचा हुकूम.

मुलकी खाते

वट नंबर १०

तारीख १८ सप्टेंबर १९१८ इ.

महार लोकांचे उत्पन्न बलुते खुतांतून कमी करून गाव हक्कदार खुतांत दाखल करण्याविषयी वट नंबर ५, तारीख २६ माहे जून सन १९१८ चा प्रसिद्ध करण्यात आला आहे. सदरचे वटहुकुमावरून बलुते खुत नंबर ९ चे कागदातून अजी कमी झाले नसल्याने महार लोकांचे उत्पन्न त्यातच ठेवण्याचे की कसे? याजबद्दल शंकेचा रिपोर्ट चनवाड महालकरी यांनी केल्यावरून एकसहा वहिवाटीस हुकूम देण्यात येतो की, वट नंबर ५ प्रमाणे महार लोकांची उत्पन्ने गावहक्कदार खुतांत दाखल करण्यात यावीत. याचा अंमल चालू सालचे जमाबंदी झाला पाहिजे समजून तजवीज राहावी.

N. P. BHIDE — असि. सरसुभे

B.V. JADHAV — अॅ. सरसुभे

(करवीर सरकारचे गॅझेट, भा. १, ता. २१ सप्टेंबर, १९१८)

**

१००

सक्तीच्या मोफत प्राथ. शिक्षणाच्या शाळा प्रत्येक गावी काढण्याच्या योजनेची अंमलबजावणी शाहू महाराजांनी मोठ्या धडाडीने केली. काही गावांत शाळेस योग्य इमारतीच नव्हत्या. अशा गावातील देवळाचा वापर शाळेसाठी करावा व अशा देवळात गावची चावडी असेल तर पाटलाने ती आपल्या घरी नेऊन देऊळ शाळेसाठी रिकामे करावे म्हणून महाराजांचा हुकूम.

मुलकी खाते

वट नंबर १६

तारीख २३ नोव्हेंबर १९१८ इ.

हुजूर सरकारचा मुलकी ठराव नंबर ८२९ चा लगत शा. आ. नंबर २५, तारीख २७ माहे मे सन १९१८ इसवीची आज्ञा एज्यु. इ. सक्तीचे मो. शिक्षण खाते याजकडे झाल्यावरून तिकडून हु. जा. नंबर १८६, तारीख २५ माहे ऑक्टोबर सन १९१८ चे लिहून आल्यावरून हुकूम देण्यात येतो की :-

१. ज्या गावी शाळेस योग्य अशी देवळे, धर्मशाळा वगैरे इमारती असतील, तेथे ताबडतोब प्रा. स. मो. शि. शाळा सुरू कराव्यात. अशा इमारतींची दुरुस्ती, शाकशाकारणी वगैरे पूर्वी ज्या खात्यातून होत असेल तिकडूनच ताबडतोब होण्याची आहे.

२. ज्या गावी शाळेस योग्य असे एकच देऊळ असून तेथे गावची चावडी असेल, अशा ठिकाणी चावडी पाटलाने आपले घरी नेऊन त्या इमारतीमध्ये शाळा सुरू करावी.

३. ज्या गावी लोकसंख्येच्या मानाने शाळा असणे जरूर असून शाळेस योग्य इमारत नसते व शाळागृह तयार होईपर्यंत भाड्याची इमारत मिळणेही शक्य नसते, अशा वेळी रा. सा. प्रा. स. मो. शिक्षणाचे एज्यु. इन्स्पेक्टर यांजकडे रिपोर्ट करावा म्हणजे शाळागृह बांधण्याचा ताबडतोब विचार होईल.

४. ज्या गावी शाळेस योग्य इमारत असते; परंतु ती नादुरुस्त असते, अशा गावी सदर इमारतीची दुरुस्ती मुलकी खात्याकडून देवस्थानचे उत्पन्नातून ताबडतोब होण्याची आहे.

५. ज्या गावी सनदी कमी असल्याने शाळेकडे देता येण्यासारख्या नसेल, अशा गावी शाळेचे टपाल नेणे व आणणे, शाळा मास्तरचा पगार, सादिलवार आणविणे वगैरेची जबाबदारी गावकामगार यांजवर आहे

येणेप्रमाणे असे.

गोपाळ गंगाधर — चिटणीस

B.V.JADHAV — ॲ. सरसुभे

(करवीर सरकारचे गॅझेट, भा. १, ता. ३० नोव्हेंबर, १९१८)

**

१०१

अस्पृश्य समाजातील उमेदवारांच्या कोल्हापूर राज्याच्या प्रशासनात शाहू महाराजांनी केलेल्या नेमणुकांचा हुकूम

मुलकी खाते

नेमणुका

तारीख २९ जानेवारी १९१९ इ.

हुजूर सरकारचा मु. ठराव नंबर ४०८ चा होऊन मु. जा. नंबर ३२४, तारीख १६ माहे जानेवारी सन १९१९ इसवीची आज्ञा झाल्यावरून नेमणुका करण्यात आल्या. त्या :-

अस्पृश्य जातींपैकी पुढे लिहिलेले उमेदवार रामचंद्र सखाराम कांबळे यांस रावसाहेब दप्तरदार अकाउंट ब्रँच यांचे ऑफिसात कायम ८ रुपये पगारावर दफ्तरबंद नेमले आहे.

दत्तू संतराम पोवार यांस कायम ८ रुपये पगारावर चीफ पोलीस ऑफिसात दफ्तरबंदचे जागी नेमले आहे.

धोंडदेव रामचंद्र व्हटकर यांस फारेस्ट ऑफिसात दफ्तरबंदचे जागी तूर्त ८ रुपये पगारावर नेमले आहे.

ज्ञानू गणू निकम दफ्तरबंद, सुपरन्यूमररी यांस कायम ८ रुपये पगारावर नेमले आहे. निकम तूर्त जाग्यात कामास असल्याने यांस कायम केले आहे.

याप्रमाणे नेमणुका तारीख ५ माहे जानेवारी सन १९१९ इसवीपासून करण्यात आल्या आहेत.

C. S. VIRACTMATH — चिटणीस

N. P. BHIDE — अ‍ॅ. सरसुभेकरिता

(करवीर सरकारचे गॅझेट, भा. १, ता. ८ फेब्रुवारी, १९१९)

**

१०२

करवीरपीठाचे शंकराचार्य डॉ. कुर्तकोटी यांना शंकराचार्यांच्या
पीठावरून दूर करणारा शाहू महाराजांचा हुकूम.

नंबर १२

तारीख १२ फेब्रुवारी १९१९ इ.

श्री विद्याशंकर भारती स्वामी जगद्गुरू करवीर पीठ (पूर्वाश्रमीचे डॉ. कुर्तकोटी) यांनी संस्थानचा कारभार योग्य प्रकारे चालविला नाही. धार्मिक बाबींशिवाय इतर बाबींतही ढवळाढवळ करू लागले, कर्ज फार केले व त्रासून संस्थानच्या जहागिरीचा राजीनामा दिला, पुढे गुरुस्वामीची अवज्ञा करून श्री चंद्रमोळीश्वर व शारदा अंबा यांस मागे टाकून देऊन दंडही न घेता पीठ सोडून गेले व आपणास पीठाची जरूरी नाही वगैरेही बोलून चालते झाले. पुढे वाईकर स्वामीबरोबर संगनमत करून तिकडील साचलेल्या पैशाच्या लोभाने आपला महाराष्ट्रातील जगद्गुरुत्वाचा हक्कही सोडला आहे, याप्रमाणे त्यांनी आपल्या वर्तणुकीने जगद्गुरुत्वाचा राजीनामा दिला आहे व वरील सर्व कारणांमुळे ते जगद्गुरुपदास लायक नाहीत, असे दिसत असल्याने ते तारीख १५ माहे ऑक्टोबर सन १९१८ रोजी कोल्हापूर सोडून गेल्यापासून ते जगद्गुरू पीठावर राहिले नाहीत, असे जाहीर करण्यात यावे. त्यांना यापुढे सदर पीठाचे कसलेही अधिकार चालविण्याचा हक्क नाही. सदर तारखेपासून श्री गुरुस्वामी विद्यानरसिंव्ह भारती हे जगद्गुरू दरबारातून मान्य करण्यात आले आहेत, असे जाहीर करण्यात येऊन त्याचा दाखला तिन्ही खात्यांकडे देण्यात यावा म्हणून हुजुरून मु. ठराव नंबर ४२३, मु. जावक नंबर ३६६, तारीख ५ माहे फेबुवारी सन १९१९ चे आज्ञेत आले आहे. त्याप्रमाणे तजवीज व्हावी.

व. वि. हावळ   **R.R. SHIRGAVKAR**
चिटणीस   ॲ. दिवाण, सरकार करवीर
(करवीर सरकारचे गॅझेट, भाग १, ता. १५ फेब्रुवारी, १९१९)

✼✼

१०३

विशिष्ट व्यवसायाशी पिढ्यान्‌पिढ्या बांधून ठेवणारी व त्याच व्यवसायाची सक्ती करणारी 'बलुते' पद्धती शाहू महाराजांनी आपल्या राज्यात रद्द करून बलुतेदारांना व्यवसायस्वातंत्र्य दिले; परंतु शेकडो वर्षांची हाडामासी खिळलेली बलुतेदारी एकदम नाहीशी होणे कठीण होते. खुद्द बुलतेदारच बलुतेदारी सोडावयास तयार नव्हते, त्यामुळे महाराजांना पुढीलसारखे हुकूम काढावे लागत असत.

नंबर ४५

तारीख ५ मार्च १९१९

१. शिमग्याला बैते देणे हे रयतेच्या मर्जीवर आहे, त्याबद्दल सरकारी कामगारांनी अगर इतरांनी कोणावर जुलूम केल्यास त्याजबद्दल तसा जुलूम करणारा शिक्षेस पात्र होईल.

२. बलुतेदार न्हावी, सुतार वगैरे लोक रयतांनी परगावचा कारागीर गावी कामाकरिता आणिला असता त्यास जातीबाहेर टाकण्याची खटपट करितात. यापुढे तसे कोणीही केल्यास सदर खटपट करणारा बलुतेदार किंवा सरकारी कामगार किंवा रयत हा १०० रुपयांपर्यंत दंडास किंवा ४ दिवसांच्या सक्तमजुरीच्या कैदेस किंवा दोन्ही शिक्षांस पात्र होईल.

३. वरील दोन्ही कलमांचा अंमल येत्या शिमग्यापासून होईल.

४. सर्व लोकांस याची वेळेवर समज मिळावी म्हणून प्रत्येक गावी शिमगा सुरू होण्यापूर्वी या गोष्टीबद्दल दवंडी पिटवून सादविण्यात यावे.

५. याची प्रसिद्धी येत्या ग्याझिटात होईल व शिमग्यापूर्वी सर्व तजवीज राहील अशा जरुरीने हुकूम देण्यात यावयाचा.

६. कोल्हापूर प्रापरपुरता हा हुकूम लागू समजण्याचा आहे. याप्रमाणे तजविजीत येण्याबद्दल व याचा दाखला तिन्ही खात्यांकडे देण्याबद्दल हुजुरून मु. ठराव नंबर ५०७, मु. जा. ४२५, तारीख ३ माहे मार्च सन १९१९ चे आज्ञेत आले आहे.

R. R. SHIRGAVKAR

ॲ. दिवाण, सरकार करवीर

(करवीर सरकारचे गॅझेट, भा. १, ता. ८ मार्च, १९१९)

**

१०४

१९१९ साली राजाराम कॉलेज आणि राजाराम हायस्कूल या दोन प्रमुख शिक्षण संस्थांचे व्यवस्थापन शाहू महाराजांनी आर्य समाजाच्या 'आर्य प्रतिनिधी सभा' या संस्थेकडे सोपविले. त्या सदर्भातील हा जाहीरनामा.

जाहीरनामा नंबर २

तारीख १५ मार्च १९१९ इसवी

गेल्या वर्षी येथील पुढारी लोकांचा एक बोर्ड करून त्या बोर्डाकडे राजाराम कॉलेजची सर्व व्यवस्था सोपविलेली होती; पण सदर बोर्डाकडून या संस्थेसंबंधाने होण्याची ती व्यवस्था झाली नाही, असे हुजूर निदर्शनास आल्यावरून राजाराम कॉलेज ही संस्था व त्याचप्रमाणे राजाराम हायस्कूल, अशा दोन्ही संस्था तारीख १ माहे जून सन १९१९ इसवीपासून पाच वर्षांच्या मुदतीने आर्य प्रतिनिधी सभा यू. पी. या सोसायटीच्या ताब्यात देण्याबद्दल हुजुरून आज्ञेत आले आहे व हल्लीच्या बोर्डास दिलेली ग्रांट, इमारत वगैरे सर्व आर्य प्रतिनिधी सभा यू. पी. या सोसायटीस देण्यात याव्या, अशी आज्ञा झाली आहे.

हुजूर आज्ञेवरून

R.R. SHIRGAVKAR

ॲ. दिवाण, सरकार करवीर

(करवीर सरकारचे गॅझेट, भा. १, ता. १५ मार्च, १९१९)

**

१०५

गडहिंग्लज पेट्यावर मि. दत्तवाडकर नावाच्या गृहस्थांची कायम मामलेदार म्हणून केलेल्या नेमणुकीचा हुकूम– गडहिंग्लज पेट्यात प्राथमिक शिक्षणाचा प्रसार करण्याची खास जबाबदारी महाराजांनी दत्तवाडकरांवर टाकली होती. एखाद्या अंमलदारास त्याच्या गुणांचे कौतुक करून त्यास

त्याच्या कामात महाराज कसे उत्साहित करीत, याचे हे एक चांगले उदाहरण आहे.

मुलकी खाते

नेमणुका

तारीख २३ फेब्रुवारी १९१९ इ.

हुजूर सरकारचा मु. ठराव नंबर ४४२ चा होऊन मु. जा. नंबर ३७४, तारीख इ. ३० माहे जानेवारी सन १९१९ इसवीची आज्ञा झाल्यावरून नेमणुका करण्यात आल्या. त्या :-

गडहिंग्लज पेट्याचे ॲक्टिंग मामलेदार मि. दत्तवाडकर यांस सदर पेट्याचे कायम मामलेदार नेमण्यात आले आहे. त्यांनी सदरहू पेट्याचे वसुलाचे इतर सरकारी नफा-नुकसानीची कामे व मोफत शिक्षणाचे काम फार हुशारीने व काळजीने पाच वर्षांपर्यंत केले पाहिजे. त्या मुदतीत त्यांना सदरहू पेट्याहून बदलण्याचे नाही. त्यांचे काम समाधानकारक न होईल तर त्यांची मामलतीचे जागी झालेली कायम नेमणूक मानली जाणार नाही. त्यांनी आजवर मोफत शिक्षणाचे बाबतीत काय काय तजविजी केल्या आहेत, किती शाळा स्थापन झाल्या आहेत व आणखी किती स्थापन होण्याकरिता काय काय तजवीज झाली पाहिजे, त्याची माहिती पाठवावी. तसेच सदरहू पेट्यात हायस्कूल काढता येईल अगर कसे ते पाहून ते काढण्यास काय काय सोयी व तजविजी केल्या पाहिजेत, त्याजबद्दल त्यांनी सविस्तर हकिगतीचा रिपोर्ट करावा.

मि. दत्तवाडकर व मि. तोफखाने हे थिऑसाफिस्ट असून, त्यांची मते एकच असल्याने मि. तोफखाने यांना त्यांचे कामात मनोभावाने मदत करावी.

मि. दत्तवाडकर हे कुलीन घराण्यातील असून, शिवाय इनामदार असल्याने त्यांना हा चान्स मेहेरनजरेने देण्यात आला आहे.

मि. मंडलीक यासही कायम मामलेदार करण्यात आले आहे. याप्रमाणे नेमणुका तारीख १ माहे फेब्रुवारी सन १९१९ इ. पासून केल्या आहेत.

C. S. VIRACTMATH — चिटणीस

B.V. JADHAV — ॲ. सरसुभे

(करवीर सरकारचे गॅझेट, भा. १, ता. २२ मार्च, १९१९)

**

१०६

कुलकर्ण्यांची वतने खालसा झाल्यावर कोल्हापूर राज्यात ब्राह्मण-ब्राह्मणेतर वादास वेगळीच धार चढली. काही ब्राह्मणेतर मंडळींनी सत्याग्रहाचा मार्ग अनुसरला, तर काहींनी दांडगावा सुरू केला. परिणामी यातून समाजात दंगेधोपे होण्याचा धोका निर्माण होताच शाहू महाराजांनी पुढीलप्रमाणे हुकूम जारी केला.

मुलकी खाते

जाहीरनामा

तारीख ३० एप्रिल १९१९ इसवी

हुजूर सरकारचा इंग्रजीतून ज. हु. नं. ३, तारीख २८ माहे एप्रिल सन १९१९ चा होऊन लगत इंग्रजी नं. २८, तारीख मजकूरची आज्ञा झाल्या आधारे प्रसिद्ध करण्यात येतो की :-

कुलकर्णी लोकांचे जू कायमचे दूर झाले, असे ब्राह्मणेतरास वाटून कुलकर्णी पुन्हा कामावर येऊ नयेत, म्हणून त्या लोकांविरुद्ध ब्राह्मणेतर लोकांनी सत्याग्रहाची चळवळ सुरू केली असल्याची बातमी, कानपूरहून परत आल्यानंतर हुजूर सरकारच्या कानी आली व त्यामुळे हुजूर सरकारास आश्चर्य वाटत आहे. जशास तसे या न्यायाने ब्राह्मण लोकांस योग्य मोबदला मिळत आहे, असेही कोणास वाटेल; परंतु अशा प्रकारचे मार्ग हुजुरास मुळीच पसंत नाहीत. कुलकर्णी लोकांविरुद्ध सुरू केलेल्या अडवणुकीच्या मोहिमेचा परिणाम जबरदस्ती किंवा दंगेधोपे हा होऊ नये, यासाठी मामलेदार लोकांनी अशा चळवळीवर चांगली नजर ठेवावी. तसेच कुलकर्णी व रयत यांजमध्ये ज्या जमिनीबद्दल विवाद आहे अशा जमिनीत रयत लोक दडपून लागवड करीत आहेत, असेही हुजूर सरकारच्या कानी आले आहे. खरोखर अशी स्थिती असेल असे हुजुरास वाटत नाही. तथापि तसे खरोखरच असेल तर कुलकर्णी व जोशी या लोकांनी इनक्वायरी बेंचकडे ताबडतोब फिर्याद द्यावी, तसेच मामलेदार व पोलीस अंमलदार यासही त्याबद्दल वर्दी द्यावी.

याप्रमाणे तजवीज होण्यासंबंधाने योग्य ते हुकूम देण्याबद्दल हुजूर सरकारची

आज्ञा झाल्यावरून सर्वत्रास जाहीर करण्यात येत आहे.

B.V. JADHAV
अॅ. सरसुभे

सर्व मामलेदार, महालकरी, इनक्वायरी बेंच आणि पोलीस अंमलदार यांनी सदरी झाल्या जाहीरनाम्यास अनुसरून तजवीज ठेवावी.

B.V. JADHAV
अॅ. सरसुभे

(करवीर सरकारचे गॅझेट, भा. १, ता. १० मे, १९१९)

**

१०७

कुलकर्णी वतने खालसा केल्यानंतर कोल्हापूर राज्यातील कुलकर्ण्यांच्या शाहू महाराजांविरुद्धच्या कारवाया वाढतच गेल्या. देशातील जहाल पक्षाच्या नेत्यांशी संगनमत करून दरबारविरुद्ध ब्रिटिश सरकारकडे तक्रारी करण्याचा त्यांचा उद्योग नावे बदलून सुरू असल्याचे लक्षात येताच महाराजांनी पुढील हुकूम जारी केला.

नंबर ५५

तारीख १४ मे १९१९ इसवी

कुलकर्णी असोसिएशनमधील लोकांनी उघडपणे जिना, टिळक, भोपटकर, केळकर, हार्निमन वगैरे जहाल लोकाशी संबंध उघडपणे ठेवून करवीर दरबारविरुद्ध अर्ज करण्याचा क्रम उघडपणे सुरू केला आहे, तरी अशा लोकांवर नजर ठेवणे इष्ट असल्याने हुकूम देण्यात येतो की, अलीकडे काही कुलकर्णी लोकांनी कुलकर्णी असे नाव न लावता गावाचे नाव लावून पुढे 'कर' असे नाव धारण केल्याचे आढळून येते.

उदाहरणार्थ - राशिवडेकर, पुनाळकर, कळेकर इत्यादी.

तरी यापुढे कोणीही सरकारी नोकर अगर वकील अगर अर्जदार कुलकर्णी असेल तर त्याने कुलकर्णी गाव अमुक असे आपले नावापुढे स्पष्टपणे नमूद करावे. तसे कोणी केल्याचे वर्जिल्यास त्याजवर खटला करण्यात येईल.

बडोदे संस्थानात कोल्हापूर इलाख्यातील एका कुलकर्ण्याने आपले आडनाव लपवून एक अराजक संस्था स्थापन केल्याचे आजच आढळून आले आहे.

सबब हा हुकूम आज रोजी देण्यात आला आहे. याची प्रसिद्धी येत्या ग्याझेटात करण्यात यावी व याचा दाखला तिन्ही खात्यांकडे जरूर देण्यात यावा म्हणून हुजुरून मु. ठराव नंबर ६६५, मु. जावक नंबर ५६१, तारीख १२ माहे मे सन १९१९ चे आज्ञेत आले आहे.

ब. वि. हावळ — **V. B. GHOKHALE**

चिटणीस — ॲ. दिवाण, सरकार करवीर

(करवीर सरकारचे गॅझेट, भा. १, ता. १७ मे, १९१९)

**

१०८

बलुतेदार व सावकार मंडळींकडून शेतकऱ्यांची शेतातील राशीवर अथवा उभ्या पिकावर वसुली होऊन लुबाडणूक होत असे; अशी लुबाडणूक बेकायदा व गुन्हापात्र ठरविणारा शाहू महाराजांचा हुकूम. यापूर्वीच महाराजांनी आपल्या राज्यात बलुतेदार पद्धती रद्द केलेली होती.

जाहीरनामा

हुजूर सरकारचा मुलकी ठराव नंबर ३२, तारीख १४ माहे जून सन १९१९ चा झाल्यावरून प्रसिद्ध करण्यात येते की –

१. बलुतेदार व सावकार वगैरे लोक शेतकऱ्यांकडील कोणत्याही प्रकारचे येणे वसूल करण्यास शेतातील राशीवर अगर उभ्या पिकावर जातात व बजावणी वगैरे नेतात, तेथे योग्य सल्ला मिळण्याची सोय नसल्याने शेतकऱ्याचे नुकसान होते व राशीवर अगर उभ्या पिकावर बंदिस्तपणा नसल्याने ते शेतकरी लोक लुबाडले जातात, म्हणून यापुढे असे कृत्य अत्याचाराचे समजून कायद्याविरुद्ध समजले जाईल. अशा प्रकारचे येणे वसूल करणे झाल्यास माल शेतकऱ्याच्या घरी जाईपर्यंत, अगर सार्वजनिक रस्त्यावर माल जाईपर्यंत, बैते व ऐतेवाल्यांचे अगर सावकार वगैरे लोकांचे शेतकऱ्यांकडील अशा प्रकारच्या मागणीस अगर कोणत्याही डिक्रीस शेतकरी पात्र होणार नाहीत, असे ठरविण्यात येत आहे, याविरुद्ध वर्तणूक झाल्यास ते शिक्षेस पात्र होतील.

२. बारा बैते व बारा ऐते यांना शेतकरी लोकांनी बैते मुळीच देऊ नये. देणाऱ्याची इच्छा असल्यास मात्र हरकत नाही. सरकारी कामगार अगर सावकार

किंवा दुसऱ्या कोणत्याही मनुष्याने बैते देण्याविषयी जुलूम केल्यास १०० रुपये दंड किंवा चार दिवसांची सक्तमजुरी अगर दोन्हीही शिक्षा दिल्या जातील. हा हुकूम जहागिरी सोडून सर्व इलाख्यास लागू समजणेचा आहे. याबद्दल पूर्वी ता. २९ माहे मार्च सन १९१९ चे ग्याझिटात प्रसिद्धी झालीच आहे.

३. सबब जाहीर करण्यात येते की, पूर्वीचे हुकमास अनुसरून कलम १/२ बद्दल प्रत्येक गावचे कामगार पाटलाने दरसाल प्रत्येक चैत्र पाडवा व अक्षयतृतीयेचे दिवशी दवंडी देऊन सादवावे व याप्रमाणे हुकूम बजावलेबद्दल दोन्ही खेपेस वरिष्ठाकडे रिपोर्ट करावा. तसा न केल्यास प्रत्येक खेपेबद्दल १ रुपयाप्रमाणे दंड केला जाईल.

याप्रमाणे जाहीर करण्यात आले आहे.

तारीख १४ जून १९१९ इसवी

हुजूर आज्ञेवरून

T.R.PATIL

हुजूर चिटणीस

(करवीर सरकारचे गॅझेट, भा. १, ता. २१ जून, १९१९)

**

१०९

'महार वतने' खालसा केल्यानंतर शाहू महाराजांनी महारांच्या 'वतनी' जमिनी 'रयतावा' केल्या. पूर्वी या जमिनी वतनी असल्याने कर्ज काढता येत नव्हते. आता त्यावर कर्ज काढता येऊ लागले. महाराजांच्या हे लक्षात येताच महारांनी आपल्या जमिनीवर कर्ज काढून कर्जबाजारी होऊ नये म्हणून खास जाहीरनामा काढला.

जाहीरनामा

रेव्हिन्यू डिपार्टमेंट

तारीख : २ जुलई, १९२१ इ.

इलाखे मजकुरी महार लोकांच्या जमिनी रयतावा करण्यात येऊन त्या जमिनीवर आणखी ५ वर्षेपर्यंत कोणी कर्ज देऊ नये. त्यावर कर्जाचा बोजा बसू नये. कर्ज कोणी दिल्यास गैरकायदा समजले जाईल म्हणून वगैरे हुजूर सरकारची मु. ठराव नं. ४५, तारीख २४, जून १९२१ ची आज्ञा झाली असलेने त्याप्रमाणे तजवीज राहणेसाठी

सर्व लोकांस कळविण्यात येत आहे.

S.G. SWAMI — अटॅची

B.V. JADHAV — सरसुभे

(करवीर सरकारचे गॅझेट, भा. १, ता. ९ जुलै, १९१९)

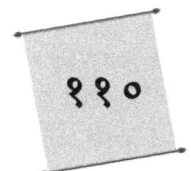

**

११०

'तलाठी क्लास'मधील अस्पृश्य जातींच्या विद्यार्थ्यांसाठी १० शिष्यवृत्त्या देणारी शाहू महाराजांची आज्ञा

जाहिरात

तारीख : २५ जून, १९१९ इ.

करवीर इलाख्यातील अस्पर्श जातीच्या विद्यार्थी लोकांना कळवणेत येते की, श्रीमन्महाराज छत्रपति साहेब सरकार करवीर यांनी मु. ठराव नंबर ६२१ ची आज्ञा करून असे ठरविले आहे की, तलाठी क्लासात येणाऱ्या अस्पर्श जातीच्या विद्यार्थ्यांकरिता १० स्कॉलरशिपा दरमहा ८ रुपये पगाराच्या तीन महिने मुदतीने मंजूर केल्या आहेत, त्या स्कॉलरशिपा तीन महिनेपर्यंत चालणेच्या आहेत व विद्यार्थ्यांची ती टोळी पास होऊन गेल्यानंतर पुनः दुसऱ्या परीक्षेच्या अगोदर दुसऱ्या १० दहा विद्यार्थ्यांच्या टोळीकरिता तीन महिनेवरील स्कॉलरशिपा वरीलप्रमाणे देण्याच्या आहेत. तरी विद्यार्थी लोकांनी याचा फायदा घ्यावा व खाली सही करणार यांजकडे अर्ज करावे. विद्यार्थी मुलकी परीक्षा पास असले पाहिजेत.

R. R. SABNIS

सु. आर्य. स. गु. कु. सं. करवीर

(करवीर सरकारचे गॅझेट, भा. १, ता. १२ जुलै, १९१९)

**

१११

कोल्हापूर राज्यात दहशतवादी कारवाया केल्याबद्दल तत्कालीन प्रसिद्ध दहशतवादी दामू जोशी तुरुंगात होता. १९१९ मध्ये तो तुरुंगातून निसटला. त्याला पकडण्याचे प्रयत्न असफल झाल्यावर शाहू महाराजांनी त्याला पकडून देणाऱ्यास २० हजार रुपयांचे बक्षीस जाहीर केले.

तारीख : ६ जुलई, १९२१ इ.

'कोल्हापूर सेंट्रल जेलमधून पळून गेलेल्या कैद्यांपैकी प्रसिद्ध कैदी दामू जोशी यास पकडून देणाऱ्यास वीस हजार (२०,०००) रुपये बक्षीस दिले जाईल व कैदी रामा इटकर यास पकडून देणाऱ्यास पाच हजार (५,०००) रुपये बक्षीस दिले जाईल,' म्हणून हुजुरून ठ. नं. ३९, कि. जा नं. १९, तारीख २ माहे जुलईचे आज्ञेत आले.

ब. वि. हावळ   **U. ABDULLAH**
चिटणीस   इ. दिवाण, सरकार करवीर
(करवीर सरकारचे गॅझेट, भा. १, ता. १६ जुलै, १९१९)

**

११२

शाहू महाराजांचे अस्पृश्यतानिवारणाचे तीन जाहीरनामे

१९१९ च्या ऑगस्टमध्ये प्रसिद्ध झालेले शाहू महाराजांचे अस्पृश्यतानिवारणाचे हे तीन जाहीरनामे. त्यांपैकी विद्या खाते व वैद्यक खाते यांना या बाबतीत महाराजांनी जानेवारीतच हुकूम पाठविले होते; पण ऑफिसमधील लोकांच्या

निष्काळजीपणामुळे (?) ते गहाळ झाले. महाराजांनी म्हटले आहे, "विद्या खात्याने अस्पृश्यांना कशा रीतीने वागवावे याबाबत ता. १५ माहे जानेवारी १९१९ला झालेला हुकूम आम्ही स्टेटमधील कॉलेज, हायस्कूल व शाळा यांजकडे पाठविला होता; परंतु आश्चर्याची गोष्ट ही की, हा हुकूम हुजूर ऑफिसमधून निष्काळजीपणामुळे गहाळ झाला. असा हा निष्काळजीपणा आमच्या ऑफिसात पाहून आम्हास फार वाईट वाटते. तद्वतच मेडिकल खात्याला ता. १ जानेवारी १९१९ ला दिलेला हुकूम गॅझेटमध्ये आला नाही. आता हे दोन्ही हुकूम पुढील महिन्याच्या गॅझेटमध्ये प्रसिद्ध होतील." २३ ऑगस्ट १९१९च्या गॅझेटमध्ये महाराजांचे तीन जाहीरनामे (Notification). च्या रूपाने प्रसिद्ध झाले. प्रस्तुत ठिकाणी प्रथम महाराजांचे त्यांच्या सहीचे मूळ मराठीतील हुकूम व त्यानंतर त्याची इंग्रजीतील अधिसूचना (Notification) देत आहोत.

१) महसूल, न्याय आदी खात्यांत अस्पृश्यता न पाळण्याचा शाहू महाराजांचा मूळ हुकूम

कोल्हापूर इलाख्यातील रेव्हिन्यू, ज्युडिशियल आदी करून सर्व अधिकाऱ्यांनी आमच्या संस्थानात जे अस्पृश्य नोकरी धरतील त्यांना प्रेमाने, समतेने वागविले पाहिजे. जर कोणा अधिकाऱ्याची वरीलप्रमाणे अस्पृश्यांना वागविण्याची इच्छा नसेल त्याने हा हुकूम पोहोचल्यापासून ६ आठवड्यांच्या आत नोटीस देऊन राजीनामा द्यावा. पेन्शन मिळणार नाही. आमची अशी इच्छा आहे की, आमच्या राज्यातील कोणाही इसमाला जनावराप्रमाणे न वागविता मनुष्य प्राण्याप्रमाणे वागवावे.

आमची फार इच्छा आहे की, आमच्या अधिकाऱ्यांनी मिशनरी, आर्य समाजिष्ट, रेल्वे व गव्हर्न्मेंट अधिकाऱ्यांचे या बाबतीत अनुकरण करावे.

कोल्हापूर **शाहू छत्रपती**

NOTIFICATION

Kolhapur 22 nd August 1919

No. 5 - The following Huzur Order received with the

Huzur Office No: 79, dated 20th August 1919 is published for the information of the Officers concerned:-

'All Officers in the State, Revenue, Judicial, or General Department' must treat the untouchables, who have entered the State service, with kindness and equality. If any State Officer has any objection to treat the Untouchables according to the above order, he will have to give notice of resignation within six weeks from the receipt of this order and resign his post. He will be entitled to no pension. His Highness expects every subject of his should be treated like a human being and not like a beast. His Highness wishes and hopes that they will follow in the footsteps of the Missionaries, Arya Samajists, the Railway Authorities and the Government Officials."

By order of H. H. the Chhatrapati Maharaja Saheb,

K. GAIKWAD

Personal Assistant to the Diwan.

२) विद्या खात्यात अस्पृश्यता न पाळण्याचा शाहू महाराजांचा मूळ हुकूम

हुजुरांच्या असे पाहण्यात आले की, अस्पृश्यांना व स्पृश्यांना शाळा खात्यात निरनिराळ्या तऱ्हेने वागविले जाते व अस्पृश्यांना शाळा खात्यांच्या इमारतीच्या कंपाउंडच्या आत येऊ दिले जात नाही. सरकारी इमारती खासगी उपयोगासाठी दिलेल्या नसल्यामुळे अस्पृश्यांना तुच्छतेने वागविण्याचा कोणालाही हक्क नसून, अस्पृश्यांची प्रत्येक तऱ्हेने काळजी घेतली पाहिजे. शिक्षण संस्था गरीब लोकांकरिता असून, गरिबातील गरीब जे अस्पृश्य त्यांना समतेच्या पायावर वागविणे योग्य आहे. ते कर देतात तर मग त्यांना वाईट रीतीने का वागवावे? हुजुरांची अंतःकरणपूर्वक इच्छा आहे की, शाळा खात्यातील ज्या खासगी किंवा सरकारी संस्थांना ग्रँट किंवा इमारती किंवा प्लेग्राउंड वगैरे रूपाने मदत मिळते, त्यांनी स्पृश्य वर्गापेक्षा अस्पृश्यांना जास्त ममतेने व आदराने वागवावे. कारण स्पृश्य लोक कोणत्याही प्रकारे शिक्षणात आपला मार्ग काढू शकतात; परंतु अस्पृश्यांना ते असाध्य असल्यामुळे कोणताही मार्ग नाही. जर अस्पृश्यांना समतेने वागविले नाही, तर मग तो प्रिन्सिपॉल अगर खालच्या दर्जाचा शिक्षक असो, त्याला जाब द्यावा लागेल आणि खासगी संस्थांना

जी मदत मिळते, ती काढून घेण्यात येईल.

हुजुरांची मनःपूर्वक इच्छा आहे की, मिरजेचे अमेरिकन मिशन, सेंट झेविअर, वुईल्सन कॉलेज व बंगलोर, पाचगणी येथील मिशन स्कूले किंवा आर्य समाजाच्या शाळा, कॉलेज किंवा गुरुकुले, रेल्वे सरकारी अधिकारी हे जसे स्पृश्यास्पृश्य भेदभाव ठेवत नाहीत, त्याप्रमाणे संस्थानातील विद्या खात्याने वागावे. सरकारी मदत मिळणाऱ्या कोणत्याही शाळेत एखादा अस्पृश्य वर्गाचा विद्यार्थी आला, तर संभावीत गृहस्थाप्रमाणे आदरपूर्वक वागवून त्याला शाळेत घेणेत यावे. शाळा खात्यातील कोणा इसमाची असे करण्यास हरकत असेल, तर त्याने हा हुकूम झाल्यापासून सहा आठवड्यांचे आत आपला राजीनामा पाठवावा; अर्थात त्याला पेन्शन मिळणार नाही. मदत मिळणाऱ्या शिक्षण संस्थेची हरकत असेल, तर त्यांचीही ग्रँट किंवा इतर मदत दरबार बंद करील. प्लेग्राऊंड इमारती किंवा दुसरी स्थावर जंगम मिळकत जी संस्थानाकडून त्यांना देण्यात आलेली आहे, तिजवर जबर कर बसेल. जर एखादी खासगी शिक्षण संस्था, देणगी देणाऱ्याच्या विरुद्ध जाईल तर देणगीतील स्थावर अगर जंगम मिळकतीवर शेकडा ७ टक्के कर बसेल किंवा देणगी देणाऱ्याच्या किंवा त्याच्या वारसाच्या इच्छेप्रमाणे एक शिष्यवृत्ती ठेवली जाईल. कोणत्याही शिक्षकाने मग तो काम करून कितीही थकला असो, अस्पृश्य विद्यार्थी शाळेत येताच त्याला अवश्य मदत करावी. रावब. डोंगरे हे सर्व शिक्षकांना मग ते सरकारी अथवा मदत मिळणाऱ्या संस्थेतील असोत, या हुकमाची नक्कल पाठवून देतील.

कोल्हापूर   शाहू छत्रपती

NOTIFICATION
Kolhapur 22 nd August 1919
No. 6 - The following Huzur Order, received with the Huzur Office No. 80, dated 20th August 1919 is published for the information of the Officers and persons concerned :-

It has come to the notice of the Huzur that even in our Educationl Bodies the Touchables and the Untouchables are treated differently and are not allowed to approach the school presincts within the compound of the Educational Institutions. The State quarters of the Educational Bodies are not given to them as their private property and so they have no right whatever to treat the so-called untouchable human beings so defiantly, but they are expected to give them every consideration. Institutions like Educational Bodies are meant for poor people and even the poorest untouchable human being has right to be treated on a footing of equality. They pay the taxes, why then should they be ill-treated? The Huzur earnestly hopes that the Educational Private and State bodies, who receive Grant-in- aid or other help like buildings, play grounds etc. should treat Untouchables with great respect and kindness than Touchables, because Touchables can make their way in education any how while Untouchables are hopelessly helpless.

Most certainly every one from the Principal to the lowest Master will be taken to task and any help given to private bodies will be taken back if the Untouchables are not given equal treatment.

His Highness earnestly desires that his Educational Bodies receiving help will follow the good example set in by the American Mission at Miraj and the good examples set in the St. Xavier and Wilson Colleges and the Mission School in Bangalore, Panchgani and Arya Samaj Schools, Colleges and Gurukuls, and also by the Railway Authorities, where no difference is made between Touchable and Untouchables, so also in the Government offices. Any Untouchable student joining any State-aided or helped Educational Institution should be treated respectfully like a gentleman and taken into School rooms. If any man on the State Educational Staff has any objection to his doing so, he must send his resignation within six weeks from the receipt of this order. He will of course be entitled to no pension. If the helped or aided Educational Bodies have any objection, of course the Darbar will have to stop the grant-in-aid or help which they are receiving. Playgrounds, houses, and other moveable and immovable property, which have been given to them by the State will be heavily taxed. If any private Educational Body goes against the wish of the donor, it will be taxed up to 7% on movable or immovable property of the donation or a scholarship will be kept according to the wish of the donor or his heirs. Any schoolmaster, however overworked he may be, is expected to help the untouchable students when they come to school.

Rao Bahadur Dongre will furnish all the teachers, whether of the State or Aided Schools with a copy of this order.

By order of H. H. the Chhatrapati Maharaja Saheb,

K.GAIKWAD
Personal Assistant to the Diwan.

३) धर्मार्थ दवाखान्यात अस्पृश्यता न पाळण्याचा शाहू महाराजांचा मूळ हुकूम

'हुजुरांच्या असे पाहण्यात आले आहे की, अस्पृश्यांना व स्पृश्यांना धर्मार्थ दवाखान्यांत निरनिराळ्या तऱ्हेने वागविण्यात येऊन अस्पृश्यांना दवाखान्याचे इमारतीतील कंपाउंडमध्येसुद्धा येऊ दिले जात नाही. सरकारी इमारती या काही कोणाला सॅनिटोरियम म्हणून दिलेल्या नसल्यामुळे अस्पृश्यांना इतक्या तुच्छतेने वागविण्याचा कोणालाही हक्क नाही. इतकेच नव्हे, तर अस्पृश्यांची हरएक तऱ्हेने काळजी घेतली पाहिजे. धर्मार्थ संस्था या गरीब लोकांकरिता असून, गरिबातील गरीब अस्पृश्यांना समतेच्या पायावर वागविणे योग्य आहे. हुजुरांची अंतःकरणपूर्वक इच्छा आहे की, स्टेट मेडिकल अधिकाऱ्यांनी पाश्चात्त्यांचे, त्यांत मिरजेच्या अमेरिकन मिशनचे अनुकरण करावे. एखादा रोगी- तो स्पृश्य किंवा अस्पृश्य असो- तो दरवाजात येताच सभ्य गृहस्थाप्रमाणे वागवून त्याची तपासणी करावी व त्याला जनावराप्रमाणे बाहेर न घालविता उपचारासाठी दवाखान्यात पाठवावे. मेडिकल खात्यातील कोणा इसमाची असे करण्यास हरकत असेल, तर त्याने हा हुकूम झाल्यापासून ६ आठवड्यांच्या आत आपला राजीनामा पाठवावा. अर्थात त्याला पेन्शन मिळणार नाही.

एखादा ऑफिसर काम करून कितीही थकलेला असो- त्याने नवा रोगी येताच त्याची सोय केलीच पाहिजे. हा नियम मेडिकल खात्यातील अगदी वरिष्ठ अधिकारी व ड्रेसर किंवा नर्स या सर्वांना लागू आहे. मेडिकल खात्यात हल्ली नोकर असलेल्या व पुढे नोकर होणाऱ्या प्रत्येक इसमाला या हुकमाची नक्कल देण्यात यावी व

नेहमीच्या उपयोगासाठी दवाखान्याच्या ऑफिसात एक नक्कल टांगून ठेवावी.

कोल्हापूर   शाहू छत्रपती

NOTIFICATION

Kolhapur 22 nd August 1919

No. 7 - The following Huzur Order, received with the Huzur Office No. 81, dated 20th August 1919, is published for the information of the Officers concerned and of the public

'It has come to the notice of His Highness that even in our charitable Hospitals, the touchables and untouchables are treated differently and are not allowed to approach the Residential State Quarters within the compound. These quarters are not given to them as their sanitaries and so they have no right whatever to treat an untouchable human being so differently, but they are expected to give him every due consideration. Charitable Institutions are meant for poor people and even the poorest untouchable human being has a right to be treated on a footing of equality. His Highness earnestly hopes that his Medical Staff will follow the good example set by foreignors, especially by the American Mission at Maraj. Any patient, whether touchable or untouchable, where he goes to the Residential Quarters should be treated respectfully like a gentleman, taken into the house, is examined carefully and then sent to the Hospital for treatment and not turned out like an animal or beast. If any man on the Medical Staff has any objection, to his doing so, he must send in his resignation within six weeks from the receipt of this order. He will, of course, be entitled to no pension. Any Officer, however, hard worked he may be, is expected to attend to the sufferings of a poor patient first. This rule is applicable to the whole Medical Staff from the Highest Official down to the lowest menial such as a dresser or a nurse. Every servant of the Hospital now in service or employed hereafter should be furnished with a copy of this order and also a copy of this should be hung up in the Office of the Hospital for permanent guidance.'

By order of H. H. the Chhatrapati Maharaja Saheb,

K. GAIKWAD,
Personal Assistant to the Diwan.

**

११३

कोल्हापूर राज्यात गोवध बंदी करणारा शाहू महाराजांचा हुकूम

वट हु. नंबर ३

तारीख : २६ ऑगस्ट १९१९ इसवी

करवीर इलाख्यात यापुढे केव्हाही व कोठेही कसायास गाई विकण्याच्या नाहीत; तशा कोणी विकलेल्या समजून आल्यास विकणारा इसम जबर दंडास पात्र होईल म्हणून हुजूर आज्ञा तारीख २४ माहे ऑगस्ट सन १९१९ ची झाल्याआधारे आपल्यास असे कळविण्यात येते की, आपण आपले स्थळसीमेतील गावगन्नानिहाय सदरप्रमाणे तजवीज राहण्यास हुकूम देऊन हुकुमाची प्रसिद्धी दंवडी पिटवून करण्यात यावी.

D.H. GOKHALE
इ. डि. मॅजिस्ट्रेट
(करवीर सरकारचे गॅझेट, भा. १, ३० ऑगस्ट १९१९)

**

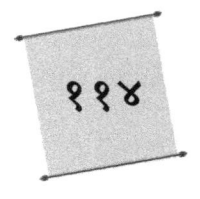

११४

राज्यातील तलाठ्यांचे प्रशिक्षण व नेमणुका याविषयीचे नियम सांगणारा शाहू महाराजांचा जाहीरनामा. प्रशिक्षणात सत्यार्थ प्रकाशचे ज्ञान व नेमणुकीत अस्पृश्यांना प्राधान्य ही या जाहीरनाम्याची वैशिष्ट्ये होत.

जाहीरनामा

१. तलाठी व पाटील क्लास हे कायमपणे गुरुकुलामध्ये मुलकी परीक्षेप्रमाणे वर्षोवर्षी पंडित आत्माराम शास्त्री यांचे देखरेखीखाली चालविण्याचे व सदर क्लासांना सत्यार्थ प्रकाशाचे ज्ञान शिकविण्याचे.

२. सदर क्लासाकडे लागणारे टीचर मे. बाळासाहेब गायकवाड यांनी द्यावेत व त्यांच्या पगाराबद्दल स्पेशल सँक्शन समजून पुढच्या बजेटात कायमची रक्कम दाखल करून सदर टीचरचा पगार पंडित आत्माराम शास्त्री यांच्याकडे पाठवा.

३. पाटील व तलाठी क्लासची परीक्षेची प्रवेश फी मुलकी परीक्षेच्या प्रवेश फीच्या निम्मी असावी व ती सर्व हुजूर खजिन्याकडे पंडित आत्माराम शास्त्री यांनी भरणा करावी.

४. पंडित आत्माराम शास्त्री यांनी तलाठी परीक्षेचा रिझल्ट मामलेदार व महालकरी यांचेकडे पाठवून द्यावा व त्यांनी आपल्या पसंतीप्रमाणे रिझल्टवरून चांगला मनुष्य पसंत करून घ्यावा.

५. गेल्या तलाठी परीक्षेत वाजवीपेक्षा जास्त उमेदवार आले म्हणून काहींची परीक्षा घेतली नाही, असे ऐकण्यात येते तरी ज्या काही उमेदवारांना वगळले असेल त्या उमेदवारांची परीक्षा पुन्हा घ्यावी.

तलाठी हा मामलेदार यांचा एक्स्क्ल्युझिव्ह चॉइस ठेविला असून, त्यांना एखादा तलाठी नालायक आहे, असे वाटल्यास त्यांनी त्यास डिसमिस करून नवा तलाठी भरावा; अर्थात पगार, दंड करणे, रजा देणे हे अधिकार मामलेदार यांस आहेत.

ज्या जातीची लोकवस्ती जास्त असेल त्या जातीचे होता होईल तो तलाठी नेमावेत. म्हार, मांग, चांभार वगैरे अस्पृश्य जातींच्या लोकांना होईल तितका प्रिफरन्स द्यावा, प्रत्येक पेट्यास ५ व प्रत्येक महालास निदान तीन तरी अस्पृश्य

तलाठी असावेत.

पेट्याचे भागकारकून यांना डिसमिस करणे, दंड करणे व त्याची नेमणूक करणे वगैरे मामलेदार यांना एक्सक्ल्युझिव्ह चॉइस ठेविला आहे.

जे कारकून हुजूर शिफारशीने अगर दुसऱ्या कोणाच्या शिफारशीने खात्यात नोकर झाले आहेत व जर ते अयोग्य गैरलायक असून परीक्षा पास नसेल तर अशा कारकुनाबद्दल २ महिन्यांच्या आत मामलेदार व महालकरी यांनी रिपोर्ट करावा.

तलाठी व भागकारकून यांचे नेमणुकीबद्दल नीट हुजुरना नॉमीनल श्रुत करावे व त्याजबद्दल कारसपान्डन्स नारायणराव गोपालराव सरदेसाई यांचेमार्फत करावे.

शाहू छत्रपती

(करवीर सरकारचे गॅझेट, भा. १, ता. ३० ऑगस्ट, १९१९)

**

११५

मागासलेल्या जातींच्या स्त्रियांच्या शिक्षणाची कोल्हापुरात सर्व प्रकारची सोय करणार -महाराणी लक्ष्मीबाईसाहेब यांचा हुकूम.

जाहीरनामा

तारीख ८ ऑक्टोबर, १९१९ इसवी हुजूर सरकारचा मु. ठ. नं. ३५४ चा होऊन लगत मु. जा. नं. २६४, तारीख ६ माहे ऑक्टोबर सन १९१९ इसवीची आज्ञा झाल्याआधारे सर्व लोकांस कळावयास प्रसिद्ध करण्यात येते की : श्रीमद् सकलसौभाग्यसंपन्न वज्रचुडेमंडित मातोश्री लक्ष्मीबाई छत्रपति महाराणीसाहेब, यांनी कृपाळू होऊन आज्ञा केली आहे की, मागासलेल्या लोकांत पडदा नाही, तेव्हा मागासलेल्या जातीतील बायका ज्यांना विद्या शिकण्याची इच्छा असेल त्यांनी अप्पासाहेब मामासाहेब सुर्वे यांच्याकडे अर्ज करावेत म्हणजे ते त्यांची बोर्डिंगची व लॉजिंगची सर्व व्यवस्था करतील.

गोपाळ गंगाधर. — चिटणीस

K. GAIKWAD — अॅ. सरसुभे

(करवीर सरकारचे गॅझेट, भा. १, ता. ११ ऑक्टोबर १९१९)

**

११६

राज्यातील अस्पृश्य लोकांच्या मुलांच्या शाळा बंद करून स्पृश्य-अस्पृश्य लोकांच्या मुलांच्या शाळा एक करणारा शाहू महाराजांचा जाहीरनामा.

जाहीरनामा

शाळा खाते

तारीख ८ ऑक्टोबर १९१९ इसवी

हुजूर सरकारचा मु. ठ. नं. ३४० चा होऊन लगत मु. जा. नं. २४७, तारीख ३० माहे सप्टेंबर सन १९१९ इ. ची आज्ञा झाल्याआधारे सर्व लोकांस कळावयास प्रसिद्ध करण्यात येते की –

करवीर इलाख्यात (जहागिरी सोडून) अस्पृश्य लोकांच्या मुलांसाठी स्वतंत्र शाळा आहेत, त्या सर्व येत्या दुसऱ्यापासून बंद करण्यात आल्या आहेत व अस्पृश्यांच्या मुलांस सरकारी शाळांतून इतर लोकांच्या मुलांप्रमाणेच दाखल करून घेत जावे. सरकारी शाळांतून शिवाशिव पाळण्याची नसल्याने सर्व जातींच्या व धर्मांच्या मुलांस एकत्र बसविण्यात येत जावे.

गोपाळ गंगाधर — **K. GAIKWAD**

चिटणीस — अ‍ॅ. सरसुभे

(करवीर सरकारचे गॅझेट, भा. १, ता. ११ ऑक्टोबर १९१९)

**

११७

शाहू महाराजांचा अस्पृश्यतानिवारणाचा जाहीरनामा. सार्वजनिक ठिकाणी अस्पृश्यता न पाळण्याचा हुकूम

मुलकी खाते

जाहीरनामा

तारीख : ८ ऑक्टोबर १९१९ इसवी

हुजुरून मु. ठराव नंबर ३५३ चा होऊन मु. जा. नंबर २६५, तारीख ६ माहे सप्टेंबर सन १९१९ ची आज्ञा झाली आहे –

'सर्व सार्वजनिक इमारती, धर्मशाळा, स्टेट हौसीस, सरकारी अन्नछत्रे वगैरे ठिकाणे व नदीचे पाणोथे, सार्वजनिक विहिरी येथे कोणत्याही मनुष्यप्राण्याचा विटाळ मानण्याचा नाही. ख्रिश्चन पब्लिक बिल्डिंग्समध्ये व सार्वजनिक विहिरीवर जसे अमेरिकन मिशनमधील डॉ. व्हेल व वानलेस हे सर्वांना एकसहा समतेने वागवीतात, त्याप्रमाणे येथेही कोणाचा विटाळ न मानता वागविण्याचे आहे, तसे न झाल्यास गावकामगार पाटील-तलाठी यांना जोखीमदार धरले जाईल,' याप्रमाणे तजवीज व्हावी.

गोपाळ गंगाधर	**K. GAIKWAD**
चिटणीस	ॲ. सरसुभे

(करवीर सरकारचे गॅझेट, भा. १, ता. १८ ऑक्टोबर १९१९)

**

११८

कोल्हापूर संस्थानातील शेतकऱ्यांमध्ये जनावरांच्या उत्तम पैदाशीबद्दल जागृती व्हावी, या उद्देशाने १९२० मध्ये शाहू महाराजांनी खासबागेत एक जंगी प्रदर्शन भरविले. त्याची माहिती देणारा हा जाहीरनामा.

कोल्हापूर जनावरांचे जंगी प्रदर्शन

तारीख १ ते ५ माहे एप्रिल सन १९२०

जागा : खासबाग मैदान

जनावरांना गवत मोफत मिळेल

हल्लीच्या प्रगतीचे काळी शेतकी शिक्षणास मदत व्हावी म्हणून जनावरांची पैदास व जोपासना कशी वाढावी आणि त्यातच लोकांस करमणुकीचे साधन व्हावे, या हेतूने श्रीमन्महाराज छत्रपती साहेब सरकार करवीर यांनी कोल्हापूर येथे घोडी व हरएक प्रकारची जनावरे यांचे प्रदर्शन तारीख १ माहे एप्रिल सन १९२० इसवीपासून भरविण्याचे ठरविले आहे.

सदरहू प्रदर्शनात खालील जनावरांचा व कोंबडी विलायती व देशी यांचा समावेश करण्यात येईल.

१. जनावरे - घोडी, गाई, म्हैसी, रेडे आणि लढाऊ बकरी.
२. बैलाच्या गाडीच्या जोड्या व ताकददार बैल.

पूर्वी १९१४/१५ साली शेतकी व गुरांचे प्रदर्शन भरविण्यात आले होते; त्याचप्रमाणे चालू साली फक्त जनावरांचे प्रदर्शन जंगी भरविण्यात येईल. जनावरांना बक्षिसे देण्याची ती पुढे लिहिल्याप्रमाणे : (येथे बक्षिसांचा तपशील आहे - संपादक)

टीप - अशक्त व रोडकी जनावरे प्रदर्शनात घेतली जाणार नाहीत; अर्ज अगाऊ आठ दिवस आला पाहिजे. प्रदर्शनात येणारे जनावर प्रदर्शन सुरू होण्याचे तारखेपूर्वी १ दिवस अगाऊ आमचेकडे पाठविण्यात यावे, म्हणजे व्यवस्थेशीर जागा मिळण्यास सोईचे होईल. त्याचप्रमाणे प्रदर्शनात पाठविण्याच्या जनावरांबद्दल अर्जाचे छापील फार्म आमचेकडे अगर ज्या त्या पेट्यात व महालात मिळतील.

ऑफिस पत्ता - कोल्हापूर ता. ७-३-१९२०
खासबाग प्रदर्शन ऑफिस

B.V. JADHAV
सेक्रेटरी,
प्रदर्शन कमेटी, कोल्हापूर
(करवीर सरकारचे गॅझेट, भा. १, ता. १३ मार्च, १९२०)

**

१११

वकिलीच्या क्षेत्रात उच्च वर्णीयांची असलेली मक्तेदारी मोडून काढण्यासाठी व अशी क्षेत्रे सामान्य प्रजाजनांना खुली करण्यासाठी शाहू महाराजांनी खास प्रयत्न केल्याचे इतिहासप्रसिद्धच आहे. त्यांनी मागासलेल्या जातीतील अनेक लोकांना वकिलीच्या सनदा देऊन त्यांना 'सनदी वकील' बनविले. या संदर्भातील एक हुकूम. महाराजांचे असे अनेक हुकूम गॅझेटमध्ये सापडतात.

न्याय खाते

तारीख ११ मार्च १९२० इ.

खाली लिहिलेले लोकांस करवीर इलाख्यातील सर्व कोर्टांत वकिली करणेबद्दल सनदा दिल्या त्यांची नावे :

मेसर्स. १ रामचंद्र सिवराम कांबळे,
दि. ज्यु. ठ. नं. ५५, तारीख २२/२/१९२०
मेसर्स. २ रामचंद्र सखाराम कांबळे,
दि. ज्यु. ठ. नं. ५४, तारीख २२/२/१९२०
मेसर्स. ३ दत्तात्रय संतराम पोवार
दि. ज्यु. ठ. नं. ५६, तारीख २२/२/१९२०
मेसर्स. ४ तुकाराम अप्पाजी गणेशाचार्य,
दि. ज्यु. ठ. नं. ५७, तारीख २२/२/१९२०
मेसर्स. ५ कृष्णराव भाऊसाहेब शिंदे,
दि. ज्यु. ठ. नं. ५८, तारीख २२/२/१९२०
मेसर्स. ६ विश्वनाथ नारायण कुंभार
दि. ज्यु. ठ. नं. ५९, तारीख २२/२/१९२०

येणेप्रमाणे सहा असामीस दोन वर्षांची फी माफ करून सनदा दिलेबद्दल व यांनी पेपर निघाल्यापासून दीड वर्षात परीक्षेस बसून पास झाले पाहिजे म्हणून हुजुरून दि. जा. नं. ४८, तारीख २२ माहे फेब्रुवारी सन १९२० चे आज्ञेत आले आहे.

V. B. GOKHALE
सरन्यायाधीश

(करवीर सरकारचे गॅझेट, भा. १, ता. २० मार्च १९२०)

**

१२०

'विद्यापीठ' या शिक्षण संस्थेचे संस्थापक वा. द. तोफखाने यांना 'सुपरिंटेडेंट ऑफ पब्लिक कन्व्हेअन्सीज' हा हुद्दा देऊन 'ऑनररी मॅजिस्ट्रेट' म्हणून नेमल्याचा शाहू महाराजांचा हुकूम. तोफखाने हे थिऑसॉफीचे अनुयायी व महाराजांच्या खास विश्वासातील सहकारी होते.

न्याय खाते

तारीख १७ जुलई १९२० इ.

टांगे, गाड्या वगैरे पास करण्याची सर्व कामगिरी (भाडोत्री वाहनाची) जी मि. फर्न्यांडिससाहेब चीफ पो. ऑफिसर यांजकडे होती, ती यापुढे 'विद्यापीठाकडे' देण्यात आली असून, सध्या 'विद्यापीठा'तर्फे त्या बाबतीत रा. तोफखाने यांना यापूर्वी हुकूम देण्यात आला आहे. त्यासंबंधाने खाली लिहिल्याप्रमाणे अधिकार देऊन नेमणुका करण्यात आल्या आहेत त्या –

रा. तोफखाने यांस सदरहू कामासंबंधी ऑनररी सुपरिंटेडेंट ऑफ पब्लिक कन्व्हेअन्सीज असा हुद्दा देऊन इलाखे मजकुरी जेथे जेथे वाहनाचे नियम अमलात असतील अगर यापुढे येतील त्या हद्दीपुरते मा. वर्ग १ चे अधिकार (समरी पावरसुद्धा) देण्यात येऊन ऑनररी मा. वर्ग १ नेमण्यात आले आहे.

मि. तोफखाने यांचे हाताखाली मदतनीस म्हणून मि. कृष्णाजी भैरव मेथे यांस क्यारेज सब इन्स्पेक्टर या हुद्द्याने काम करण्यास नेमिले आहे.

याचा अमल तारीख १ जून १९२० पासून समजण्याचा आहे, येणेप्रमाणे हुजूर आज्ञा होऊन ती पो. जा. नं. १६, तारीख १ जुलई १९२० ने रावबहादूर सरन्यायाधीश साहेब यांजकडे आल्या लगत दि. आ. १६५०, तारीख ९ जुलई १९२० ने इकडे पुढील तजविजीस लिहून आले आहे.

रा. तोफखाने यांना डि. मा. नात्याने इकडून अधिकार देण्यात आले आहेत ते –

फिर्यादीवरून अपराधाचा इन्साफ हाती घेण्याचा अधिकार कलम १९० (अ)

पोलिस रिपोर्टवरून अपराधांचा इन्साफ हाती घेण्याचा अधिकार कलम १९० (ब)

A.B. CHOUGULE

डि. मा.

(करवीर सरकारचे गॅझेट, भाग १, २४ जुलै १९२०)

**

१२१

कसबा करवीर येथील १६ महारांना कोल्हापूर शहरातील पोलीस गेटवर 'पोलीस' म्हणून नेमल्याचा शाहू महाराजांचा हुकूम. महारांचा सामाजिक दर्जा वाढावा म्हणून आपण या नेमणुका करीत आहोत, असे महाराजांनी येथे म्हटले आहे.

मुलकी खाते

वट नंबर ४

तारीख ३१ जुलई १९२० इ.

सरसुभे साहेब इलाखा करवीर यांजकडून –

हुजूर सरकारचा पो. ठ. नंबर १, चा होऊन हुजूर आज्ञा पो. जा. ५, तारीख २६ माहे जून सन १९२० ची आज्ञा झाल्याआधारे प्रसिद्ध करण्यात येते की -

कसबा करवीर येथील महार लोकाबद्दल नोकरीचे बाबतीत पूर्वी नियम झालेले प्रसिद्ध झाले आहेतच. त्या बाबतीत या लोकांचा समाजात दर्जा वाढावा म्हणून खाली लिहिल्याप्रमाणे हुकूम देण्यात येत आहे.

१. कसबा करवीर येथील महारांनी निवडून दिलेल्या १६ इसमांकडून गावचे काम घेण्याचा हुकूम झाला होता, तो रहित करून सदर १६ महारांस करवीर शहरातील पोलीस गेटवर नेमण्यात यावे व त्यांनी पोलिसाचे काम करावे. त्या ऐवजी पो. खात्याने दरमहा ११२ रुपये करवीर पेट्याकडे पाठवीत जावे व त्या रकमेतून गावचे सरकारी काम वहिवाटीप्रमाणे मामलेदार यांनी करून घ्यावे व खर्चाचा हिशेब ठेवावा. या हुकूमाचा अंमल तारीख १ माहे जुलई सन १९२० पासून व्हावा.

२. इतर गावचे महार लोक ज्यांनी नोकरीकरिता त्यांच्या गावापासून १२ मैल किंवा त्यापेक्षा जास्त दूरच्या ठिकाणावर कामासंबंधाने जाण्याचा प्रसंग येईल, तेव्हा वर्षातून ८ महिने अशा परगावी नोकरी करावी लागल्यास त्यांना भत्ता मिळणेचा नाही. ८ महिन्यांपेक्षा जास्ती त्यांना परगावी नोकरीकरिता राहावे लागल्यास त्यांना दरमहा २६८ प्रमाणे भत्ता देण्यात यावा.

३. जेव्हा परगावी ८ महिने नोकरी होईल, तेव्हा त्या महारास आपल्या गावी चार महिने नोकरीची माफी देणेची आहे. भत्ता देणे अगर एक महिना आड दोन महिने नोकरी घेणे हे हुजूर मर्जीवर आहे. एखादा महार पोलीस आपले कर्तबगारीने नाईक हवालदार व जमादार झाल्यास त्याचा ७ रुपये पगार वजा जाऊन जास्त रक्कम पो. खात्यांतून देणेची आहे. याप्रमाणे हुजूर आज्ञा झाली आहे, त्यास अनुसरून तजवीज व्हावी.

N.P. BHIDE
असि. सरसुभे.

B.V. JADHAV
सरसुभे

N.G. SIRDESAI
चिटणीस

(करवीर सरकारचे गॅझेट, भाग - १ ता. ७ ऑगस्ट, १९२०)

**

१२२

कोल्हापुरातील प्रिन्स शिवाजी मराठा बोर्डिंगमध्ये बहुजन समाजातील अत्यंत गरीब कुटुंबातील मुले राहत असत. त्यांना कोल्हापुरातील कोणत्याही शाळेत (हायस्कुलात) प्रवेश दिला जावा व त्यांचे शिक्षण मोफत व्हावे, म्हणून शाहू महाराजांचा हुकूम.

जाहीरनामा

शाळा खाते

तारीख : ३ सप्टेंबर १९२० इ.

प्रिन्स श्री शिवाजी मराठा फ्री बोर्डिंग संस्थेतील विद्यार्थी अगदी गरीब स्थितीतील असल्याने ती मुले विद्यापीठ अगर दुसरे कोणत्याही सरकारी अगर सरकारी मदत असलेल्या शाळेत शिक्षण घेण्यासाठी प्रेसिडेन्ट अगर सेक्रेटरीचे दाखल्यानिशी जातील, त्या शाळेचे चालकांनी सदर विद्यार्थ्यांना मोफत घेण्याबद्दल हु. प. आ. नंबर ३९७, तारीख ३ माहे सप्टेंबर सन १९२० ची हुजूर आज्ञा झाल्याबद्दल मे. रा. ब. दिवाणसाहेब नि. सरकार करवीर यांजकडील शा. जा. नंबर १२, तारीख ४ माहे सप्टेंबर सन १९२० चे कलमीत आलेवरून प्रसिद्ध करण्यात येते की, सदरील हुजूर आज्ञेप्रमाणे तजवीज राहावी.

B.V. JADHAV

सरसुभे

(करवीर सरकारचे गॅझेट, भा. १, ता. ९ सप्टेंबर १९२०)

**

१२३

जैन तीर्थंकर पुष्पदंत स्वामी यांच्या निर्वाणदिनी संस्थानात सार्वजनिक सुट्टी जाहीर करणारा शाहू महाराजांचा जाहीरनामा. यामध्ये त्या दिवशी सार्वत्रिक हिंसाबंदी असावी, या जैन समाजाच्या मागणीसंबंधी महाराजांनी घेतलेली भूमिका लक्षणीय आहे.

जाहीरनामा नंबर १२

तारीख १५ सप्टेंबर १९२० इ.

भाद्रपद शुद्ध ८ हा दिवस जैन तीर्थंकर पुष्पदंत स्वामीच्या निर्वाणाचा असून, जैनांचा मोठा सण आहे. म्हणून हा दिवस 'ग्याझिटेड हॉलिडे समजण्यात येऊन, दरसाल त्या दिवशी इलाख्यातील सर्व शाळा, कॉलेज, कचेऱ्या वगैरे बंद ठेवण्यात याव्यात.

जैनाचे दुसरे मागणे त्या दिवशी हिंसा होऊ नये असे आहे; परंतु सर्व प्रजा सारखी असल्याने कोणाचेही भक्ष्य बंद करण्याकरिता कायदा करता येणार नाही; तथापी जैनांनी प्रयत्न करून सर्व जातींच्या व धर्मांच्या लोकांची आपल्या म्हणण्याच्या पुष्ट्यर्थ सहानुभूती मिळविल्यास व सर्व प्रजेनेही जैनांच्या इच्छेकडे लक्ष्य देऊन शक्य तितकी हिंसा बंद केल्यास हुजुरास आनंद होणार आहे.

येणेप्रमाणे हुजुरून मु. ठ. नं. २२६, तारीख १३ माहे सप्टेंबर सन १९२० चे आज्ञेत आले आहे. त्याप्रमाणे सर्वांकडून तजवीज राहावी. चालू साली सदरची सुटी सोमवारी तारीख २० माहे सप्टेंबर सन १९२० इ. रोजी घेणेची आहे.

ब. वि. हावळ — चिटणीस

D. D. SONTAKE (Kulkarni) — ॲ. दिवाण, सरकार करवीर.

(करवीर सरकारचे गॅझेट, भा. १, ता. १८ सप्टेंबर, १९२०)

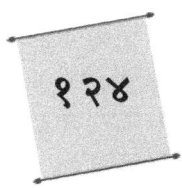

**

१२४

कटकोळ महालातील एका नेमणुकीचा हुकूम. यात नमूद केलेले रामचंद्र बाबाजी जाधव म्हणजे पुढे प्रसिद्धीस आलेले कोल्हापुरातील प्रसिद्ध सत्यशोधक कार्यकर्ते रामचंद्र बाबाजी जाधव ऊर्फ 'दासराम' हे असावेत काय? दासरामांनी कोल्हापूरच्या महालक्ष्मीच्या आवारातील ब्राह्मणासाठी राखून ठेवलेल्या हौदात स्नान करून त्या काळी मोठी खळबळ माजवून दिली होती.

मुलकी खाते

नेमणुका

तारीख २३ डिसेंबर १९२० इ.

हुजूर सरकारचा मु. ठ. नंबर ५०९, तारीख २१ माहे नोव्हेंबर सन १९२० चा होऊन मु. आ. नंबर १४००, तारीख १६ माहे डिसेंबर सन १९२० इ. ची आज्ञा झाल्याआधारे प्रसिद्ध करण्यात येते की – कटकोल महालास रामचंद्र बाबाजी जाधव याची नेमणूक तूर्त १२ रुपये पगारावर तारीख १ माहे जून सन १९२० इ. पासून केली होती; पण तो हजर झाला नसल्याने, त्या जागी तारीख १ माहे जानेवारी १९२१ पासून सरसुभे ऑफिसातील उमेदवार शंकर कृष्ण दरवान याची नेमणूक तूर्त १२ रुपये पगारावर करण्यात आली आहे.

B.V. JADHAV
सरसुभे

(करवीर सरकारचे गॅझेट, भा. १, ता. १ जाने., १९२१)

**

१२५

कोल्हापूर म्युनिसिपल कमिटीतील भंगी समाजातील सदस्याचे आडनाव बदलल्याचा शाहू महाराजांचा हुकूम. खरेतर अस्पृश्य समाजातील अनेकांची नावे त्यांचा सामाजिक दर्जा उंचवावा म्हणून महाराजांनी बदलली होती. त्यांच्या आश्रयाखालच्या महार पहिलवानांना 'जाठ' म्हणून तर चांभार पहिलवानांना 'सरदार' म्हणून कुस्त्यांच्या आखाड्यात पुकारले जाई, हा असाच एक प्रकार होता.

मुलकी खाते

तारीख १ फेबुवारी १९२० इ.

करवीर म्युनिसिपल कमेटी लोकनियुक्त करण्यात आली, त्या निवडणुकीत सुव्हान बाळा भंगी हा इसम मेंबर निवडून आला, त्याप्रमाणे ग्याझिटात प्रसिद्धी झाली आहे. सदर इसमाने आपले भंगी असे आडनाव न लावता 'पंडत' असे लावावे म्हणून हुजूर विनंती केल्यावरून हुजुरून ठ. नं. ४८९, कि. आ. नं. १०२४ ने मंजुरी

मिळाली आहे. यास यापुढे सर्वांनी 'सुव्हान बाळा पंडत' असे संबोधावे.

K. GAIKWAD

ॲ. दिवाण, सरकार करवीर

(करवीर सरकारचे गॅझेट, भा. १, ता. ५ फेब्रुवारी, १९२१)

१२६

शिमग्याच्या सणात स्त्रियांविषयी बीभत्स भाषा वापरणाऱ्यांविरुद्ध कायदेशीर कारवाई करण्याचा हुकूम प्रसिद्ध करणारा शाहू महाराजांचा जाहीरनामा

न्याय खाते

तारीख २१ मार्च, १९२१ इ.

शिमग्याचे सणात स्त्रियांना उद्देशून निंद्य व बीभत्स भाषा वापरण्यात येते, ही चाल लाजीरवाणी आहे. हल्लीच्या सामाजिक प्रगतीच्या कालात असा प्रकार चालू देणे इष्ट नाही. करिता सर्व लोकांस कळविण्यात येते की, अशी बीभत्स भाषा वापरण्याची चाल अजिबात बंद करावी. यापुढे कोणीही तसली भाषा वापरण्याची नाही.

तसेच रंगपंचमी दिवशी रंग रस्त्यावर खेळणे हेही मना केले आहे.

या हुकमाविरुद्ध कोणी वर्तणूक केल्यास त्यावर कायद्याप्रमाणे काम चालविले जाईल. या हुकमाचा अंमल याच शिमग्याच्या सणापासून होण्याचा आहे. अशी हुजूर आज्ञा झाली आहे.

हु. आज्ञेवरून,

B. G. DESHPANDE

डि. मा..

(करवीर सरकारचे गॅझेट, भा. १, ता. १९ मार्च, १९२१)

**

१२७

आपल्या संस्थानासाठी शाहू महाराजांनी काही नवे पुरोगामी कायदे केले, तर काही ब्रिटिश मुलखातील कायद्यांवरून तयार केले. त्या सर्व कायद्यांचे संहितीकरण 'हिंदु कायद्यांचे निबंध' या नावाने प्रसिद्ध करून त्याची अंमलबजावणी सुरू केली. त्या संदर्भातील हुकूम.

तारीख १४ मे, १९२१ इ.

तारीख २२ माहे ऑक्टोबर सन १९२० रोजी हुजूर मंजुरीने प्रसिद्ध झालेले 'हिंदू कायद्याचे निबंध' हे निबंध फ्युडेटरीजखेरीज सर्व करवीर इलाख्यास लागू समजावे म्हणून हुजुरून दि. ठ. नंबर १८२, दि. आ. नंबर ३१७, तारीख ५ मे १९२१ इसवीचे आज्ञेत आले आहे.

ब. वि. हावळ   **U. ABDULLAH**
चिटणीस,   इ. दिवाण, सरकार करवीर.
(करवीर सरकारचे गॅझेट, भा. १, ता. २१ मे, १९२१)

**

१२८

आपल्या राज्यातील 'महार वतने' खालसा करून शाहू महाराजांनी त्यांच्या वतनी जमिनी रयतावा केल्या होत्या. म्हणजे त्यांना वतनाच्या गुलामगिरीतून मुक्त करून राज्यातील इतर रयतेप्रमाणे त्यांना त्यांनी सामाजिक स्वातंत्र्य दिले होते. महाराजांचा प्रस्तुतचा जाहीरनामा बजावतो की, जो कोणी सरकारी अधिकारी अथवा वतनदार आता महारांना वेठबिगार करण्यास सांगेल, त्याला त्याच्या नोकरीवरून अथवा वतनावरून दूर केले जाईल.

मुलकी खाते

जाहीरनामा

तारीख २७ जुलई, १९२१ इ.

हुजुरून मु. ठ. नं. १६८, ता. १५ जुलई १९२१ इ. चा होऊन मु. जा. नं. १४८, ता. १८ जुलई १९२१ इ. ची आज्ञा झाल्याआधारे प्रसिद्ध करण्यात येते की –

ज्या महार लोकांनी आपली वतने रयतव्यात दखल करून घेतली आहेत, त्यांना वेटवरळा माफ करण्यात यावा. तराळ घस्त लोकांना वेटवरळा सांगण्याचा नाही. जर कोणी आपले मनगटाचे जोरावर सदर लोकांना वेटवरळा करण्यास सांगतील, तर त्यांना नोकरीतून पेन्शन न देता कमी केले जाईल व वतनदार असल्यास त्यांस वतनातूनही कमी केले जाईल, याची समज प्रत्येक गावकामगारास द्यावी म्हणून हुजूर आज्ञा झाली आहे. त्यास अनुसरून तजवीज राहणेची आहे.

S. G. SWAMI — **A. J. MOHITE**
अटॅची — इं. सरसुभे

(करवीर सरकारचे गॅझेट, भा. १, ता. ६ ऑगस्ट, १९२१)

**

१२९

कोल्हापूर संस्थानात प्लेगने १८९६ मध्ये प्रवेश केला. प्रारंभीच्या काही वर्षांत प्लेगने थैमान घातले; पण त्याचा जोर ओसरला तरी अधूनमधून त्याचा फैलाव होतच असे. प्लेगच्या केसीस व मृत्यू यांचे अहवाल कोल्हापूर गॅझेटमध्ये वेळोवेळी प्रसिद्ध करण्यात आले आहेत. त्यांपैकी महाराजांच्या कारकिर्दीच्या शेवटचा अहवाल येथे देत आहोत.

NOTIFICATION
GENERAL DEPARTMENT

Kolhapur 15th Septemer 1921.

Summary of plague cases and deaths in the Kolhapur Principality from November 1896 to 3rd September 1921.

Period	Cases	Deaths
Total from November 1896 to 31st May 1921	1,88,323	1,50,594
Total from 1st June 1921 to 20th August 1921	27	23
Total from 21st August 1921 to 27th August 1921	?	4
Total from 28th August 1921 to 3rd September 1921	—	—
Total	1,88,352	1,50,621

Diwan's Office

Kolhapur, 15th September 1921

U. ABDULLAH

I/C Diwan & Plague Commissioner.

(करवीर सरकारचे गॅझेट, भा. १, ता. १५ सप्टेंबर, १९२१)

**

१३०

शाळा खात्याच्या वार्षिक अहवालात अस्पृश्य जातीच्या मुलांना 'अस्पृश्य' या शब्दाऐवजी 'सूर्यवंशी' या शब्दाची योजना करावी, म्हणून शाहू महाराजांचा हुकूम.

जाहीरनामा नं ४१

तारीख २५ नोव्हेंबर १९२१ इ.

शाळा खाते मुलकी खात्याचे ताब्यात असले वेळी प्राथमिक सक्तीच्या शाळेबद्दल वार्षिक अहवाल मे. रा. ब. सरसुभे यांनी हुजूर सादर केला, त्यात अस्पृश्य जातीच्या मुलां 'अस्पृश्य' हा शब्द योजिला होता. अहवाल अवलोकन झाल्यात हुजुरून – 'अस्पृश्य जातीतील मुलांस यापुढे 'अस्पृश्य' हा शब्द न लावता 'सूर्यवंशी' या शब्दाने संबोधावे म्हणून ठ. नं. २८, आ. नं. ४७, तारीख १५ नोव्हेंबर सन १९२१ ची आज्ञा झाली आहे. त्याप्रमाणे सर्वांनी तजवीज ठेवावी.

सदरचा शेरा प्रतिज्ञेपूर्वक बरोबर आहे.

ब. वि. हावळ **U. ABDULLAH**

चिटणीस इ. दिवाण, सरकार करवीर,

(करवीर सरकारचे गॅझेट, भा. १, ता. ३ डिसेंबर, १९२१)

**

१३१

सदरहू हुकुमात उल्लेखलेले दौलतराव मिणचेकर (मामासाहेब मिणचेकर) हे पुढे राजाराम महाराजांच्या काळात व नंतर स्वातंत्र्योत्तर काळात कोल्हापुरातील एक निरपेक्ष सामाजिक कार्यकर्ते म्हणून प्रसिद्धीस आले.

शा. जा. न. .२२९

तारीख २० फेबुवारी १९२२ इ.

आमचेकडे शाहुपुरी, जयसिंगपूर, हुपरी, रेंदाळ पार्क, व इतर स्पे. ड्युटीची कामे असून त्या कामाचे मदतीकरिता आम्ही सांगू ती कामे करण्याबद्दल हुजुरून मे. दौलतराव मिणचेकर यांची नेमणूक करण्यात आलेली आहे, करिता सदरहूसंबंधी चालचलाऊ किरकोळ कामावर अॅ. दिवाणकरिता म्हणून त्यांनी सह्या करणेच्या आहेत, इतर महत्त्वाची व हुजूर जाणारी कामे आमचे सह्याने पुढे जाणेची आहेत, याप्रमाणे तजवीज राहावी.

यापुढे शाहुपुरी व जयसिंगपूर ही ऑफिसे एकच केल्याने यापुढे वसाहत कामगार या नात्याने तिकडे कामे जाणेची अवश्यकता राहिली नाही, करिता समजून यापुढे तजवीज राहावी. कळावे

म. प्र. पृ. ब. आहे.

K. GAIKWAD

अॅ. दिवाण सरकार करवीर

(करवीर सरकारचे गॅझेट, भाग १, २५ फेब्रु. १९२२)

**

व्यक्तिनाम व स्थलनाम सूची

❖